தலைசுற்றல் தவிர்ப்போம்

வெர்டிகோ

அகில இந்திய நரம்பியல் துறையின் தலைவர் (Indian Academy of Neurology - President Elect) பதவிக்குத் தேர்ந்தெடுக்கப்பட்டுள்ள டாக்டர். ஏ.வி.ஸ்ரீனிவாஸன் 1975ல் சென்னை மருத்துவக் கல்லூரியில் டாக்டர் பட்டம் பெற்றவர். 1993ல் காமன்வெல்த் மெடிக்கல் ஃபெலோஷிப் மூலம் அங்க அசைவுக் கோளாறுகள் குறித்த மேல் ஆய்வுக்காக லண்டன் சென்றவர்.

தமிழக அரசின் மருத்துவத் துறையில் ஃபெலோஷிப் ஆஃப் அமெரிக்கன் அகாடமி ஆப் நியூராலஜி, ஃபெலோஷிப் ஆஃப் ராயல் காலேஜ் ஆஃப் பிஸிஷியன்ஸ் லண்டன், ஃபெலோஷிப் ஆஃப் இந்தியன் அகாடமி ஆஃப் நியூராலஜி என்ற மூன்றுமே பெற்ற முதல் நரம்பியல் நிபுணர் இவர்.

நரம்பியல் மருத்துவத் துறையில் இவருடைய சேவையைப் பாராட்டி, தமிழ்நாடு டாக்டர். எம்.ஜி.ஆர். மருத்துவப் பல்கலைக்கழகத்தில், 'எமிரிடிஸ் புரொபஸராக' நியமிக்கப்பட்டு பணியாற்றி வருகிறார்.

அது மட்டுமின்றி, எம்.ஜி.ஆர். மருத்துவப் பல்கலைக்கழகம் இவருக்கு டாக்டர் ஆஃப் ஸயின்ஸ் (ஹானரரி காஸா) எனும் உயர்ந்த பட்டத்தைக் கொடுத்து பெருமைப்படுத்தியுள்ளது.

தலைசுற்றல் தவிர்ப்போம்: வெர்டிகோ
Thalaisutral Thavirpom - Vertigo
Dr. A.V. Srinivasan, Lakshmi Mohan ©

First Edition: June 2016
112 Pages
Printed in India.

ISBN: 978-93-84149-94-9
Nalam - 91

Nalam
177/103, First Floor,
Ambal's Building, Lloyds Road,
Royapettah, Chennai 600 014.
Ph: +91-44-4200-9603

Email : support@nhm.in
Website : www.nhm.in

Author's E-mail : avsekhar1950@gmail.com

Nalam is an imprint of New Horizon Media Private Limited

தலைசுற்றல் தவிர்ப்போம்

வெர்டிகோ

டாக்டர் **ஏ.வி. ஸ்ரீனிவாசன்**
லக்ஷ்மி மோகன்

நலம்

சமர்ப்பணம்

பெற்றோர், மனைவி, மகன், உடன்பிறப்புகள்
எல்லாவற்றுக்கும் மேலாக மனம், மூளை பற்றி அறியக்
காரணமாக இருக்கும் உலகின் அனைத்து வெர்டிகோ
நோயாளிகளுக்கும்.

உள்ளே

முன்னுரை

'வெர்டிகோ' என்ற பெயரை நாம் கேள்விப் பட்டிருக்கலாம். திரைப் படமாகப் பார்த்திருக் கலாம். இதனால் அவதியுறுபவர்களை அறிந்திருக்கலாம். அவ்வளவு ஏன்? நாமே எப்போதாவது உணர்ந்திருக்கலாம்.

வெர்டிகோ எனும் தலைசுற்றல் பல்வேறு காரணங்களால் ஏற்படுகிறது. இது உடலில் பல்வேறு பிரச்னையாக வெளிப்படலாம்.

இன்னும் பல்வேறு ஆராய்ச்சியாளர்கள் இதனை அறிய முற்பட்டு வருகிறார்கள்.

'நோய் நாடி, நோய் முதல் நாடி அது தணிக்கும் வாய் நாடி வாய்ப்பச் செயல்'

என்ற வள்ளுவரின் வாக்கு வெர்டிகோவுக்கு மிகவும் பொருத்தமாகும்.

காதில் ஏற்படும் தொந்தரவுகள் மற்றும் மூளையின் அசாதாரணத் தன்மையினாலும் வெர்டிகோ ஏற்படலாம்.

தலைசுற்றலோடு சமநிலையை (Balance) அறிவதில் பிரச்னையுள்ள பல நோயாளிகள் வெர்டிகோ கண்டறியப்படாமலேயே சிகிச்சை எடுத்துக் கொண்டிருப்பார்கள்.

இதற்கு சோதனைகள் மேற்கொள்ள வேண்டும். அதுவும் மிக அதிக செலவிலான சோதனைகள் மேற்கொள்ளப்பட வேண்டிய அவசியமில்லை.

நாளுக்கு நாள் ஆயிரக்கணக்கான நோயாளிகளை அவதிக்குள்ளாக்கி கொண்டிருக்கிறது இந்நோய்.

உலகின் பெரும்பாலான வெர்டிகோ நோயாளிகளின் பிரச்னைக்கு சரியான காரணம் அறியப்படாமலே சிகிச்சை தொடரப்படுகிறது.

நோயாளிகள் மட்டுமின்றி கவனிப்பாளரும் இப்பிரச்னையின் தன்மையைப் புரிந்து கொள்வதற்கும் அதனை வெல்வதற்கும் இப்புத்தகம் உதவும் என நம்புகிறோம்.

'உடலுக்கு உடற் பயிற்சி
மனதுக்கு யோகமே முயற்சி
இருதயத்துக்கு அன்பே எழுச்சி
மூளைக்குப் பகுத்தறிவுப் பயிற்சி'

இப்படிக்கு,

டாக்டர். ஏ.வி.ஸ்ரீனிவாஸன்,
சென்னை-28

1

வேர்டிகோ - ஒரு பார்வை

மாலை நேரம். வழக்கத்தைவிட வெயில் சற்று தாழ்ந்திருந்தது. ராஜத்திற்கு அன்று நிறைய வெளி வேலை இருந்தது. வாசலைப் பார்த்தாள். இப்போது கிளம்பினால், இருட்டு வதற்குள் வந்து விடலாம். டிபார்ட்மெண்டல் ஸ்டோர், டெய்லர் கடை, முடிந்தால் கோயில் என்று கணக்குப் போட்டது அவள் மனம்.

மெதுவாக, எல்லாக் கதவுகளையும் சார்த்தி, 'பர்ஸ், மொபைல் எல்லாம் இருக்கிறதா?' என சரி பார்த்துக்கொண்டாள்.

கதவைப் பூட்டி, ஒருமுறை இழுத்துப் பார்த்து திருப்திப்பட்டுக் கொண்டு, ஓரடி எடுத்து வைக்கும்போது அவளது செல் சிணுங்கியது.

எடுத்துப் பேசினாள். 'என்ன? அப்படியா?' கலவரத்தில் அவளது குரல் நடுங்கியது. பிறகு, வீட்டைத் திறந்து உள்ளே சென்றாள். அடுத்த அரை மணியில், ராமநாதனை கைத்தாங்கலாக மெதுவாக உள்ளே அழைத்து வந்தார் அக்கவுண்ட்டண்ட் பாலாஜி.

'மெதுவா இப்படி ஃபேனுக்கு நேரா உட்காருங்க.' சேரை இழுத்துப் போட்டாள்.

'நல்லாதாம்மா இருந்தாரு. மதியம் பாத்ரூம் போக எழுந்தாரு. உடனே தடால்னு கீழே விழுந்துட்டாரு. கொஞ்ச நேரம் படுக்க வெச்சோம். தனியா அனுப்ப வேண்டாம்னு எம்.டி. என்னைக் கொண்டு விட்டு வரச் சொன்னார்' மூச்சு விடாமல் முடித்தார்.

'இப்போ தலைச் சுற்றல் இல்லை பாலாஜி. நான் நல்லாதான் இருக்கேன். நீங்க கெளம்பலாம். உங்களுக்கும் நேரமாயிடப் போகுது' ராமநாதன் சொன்னார்.

'எதுக்கும் நாம டாக்டர்கிட்ட பாத்துடலாமா?' கேட்டார் பாலாஜி.

'இல்ல, அப்பிடி அவசரம் ஒண்ணும் இல்ல. கொஞ்சம் யோசிக்கலாம்' என அவரை வழியனுப்பி வைத்தார் ராமநாதன்.

'என்னாச்சுங்க?' சூடாக காப்பியை நீட்டியபடி கேட்டாள் ராஜம்.

'வேலை பார்த்துட்டே இருந்தேன். ரொம்ப நேரம் சீட்டை விட்டு எழுந்திருக்கலை. சரி. பாத்ரூம் போய்ட்டு வரலாம்னு எழுந்தேன் பாரு. உடனே, தலையைச் சுத்திட்டு வந்துருச்சு. கால் தரைல இல்லாம பறக்கற மாதிரியான உணர்வு. அப்படியே கீழே விழுந்துட்டேன்' சொல்லி முடித்தார் ராமநாதன்.

'இந்த, 68 வயசுக்கு நீங்க ஆபீஸ் போகாட்டா என்ன? சொன்னா கேக்கறீங்களா?' சலித்துக்கொண்டாள் ராஜம்.

'நேத்து வரைக்கும் நல்லா தானேமா இருந்தேன்.'

'சரி. நாளைக்கு ஆபீஸ் போக வேண்டாம். நம்ம பேமலி டாக்டரைப் பாத்துட்டு வந்துடலாம்.' முடிவாகச் சொல்லிவிட்டு அடுத்த வேலைகளைக் கவனிக்கச் சென்றாள் ராஜம்.

ராமநாதனுக்கு ஏற்பட்ட அந்த திடீர் தலைசுற்றலின் பெயர்தான் வெர்டிகோ!

வெர்டிகோ என்ற தலை சுற்றல் என்றால் என்ன? அது ஏன் ஏற்படுகிறது? இவற்றுக்குப் பதில் தெரிந்துகொள்ளும்முன், முக்கியமான சிலவற்றைப் பார்க்கலாம்.

ஐம்புலன்கள் நமக்குத் தெரியும். அதாவது கண், செவி, மூக்கு, வாய் மற்றும் மெய். மெய் என்பது உடல், தோல் - தொடு உணர்வைக் குறிக்கும். இப்புலன்களிலிருந்து பெறப்படும் உணர்வுகள் மிகவும் இன்றியமையாதவை.

இவை தவிர இன்னும் எத்தனையோ புலன்கள் உள்ளன. ஆனாலும், அவற்றில் குறிப்பிடத் தக்கவை இரண்டு. அவை,

1. ப்ரோப்ரியோஸெப்டர்ஸ் (Proprioceptors)
2. செவிமுன்றிலின் நரம்புகள் (Vestibular System)

சரி. இவற்றின் வேலை என்ன?

ப்ரோப்ரியோஸெப்டர்ஸ் எனப்படும் பின் கழுத்துப் பகுதி நரம்புகள்தான் நம் உடலின் அதிர்வு மற்றும் இயக்கத்தை உணரக் கூடியவை. பார்வையிலிருந்து பெறப்படும் தகவல்கள் ஆகியவற்றின் தொகுப்பிலிருந்து நாம் இருக்கும் இடம், நிலை, கழுத்து மற்றும் தலையின் நிலை ஆகியவற்றை உணர்கிறோம். நம் சீரான சம நிலையை உணர்த்துவது இவ்வியக்கமே. இத்தகவல்களை மூளையில் ஒருங் கிணைப்பது (vestibular system) செவிமுன்றிலின் நரம்புகள் ஆகும்.

இவ்வியக்கம் ஏதோ ஒன்றில் அசாதாரணத் தன்மை ஏற்பட்டாலும் சம நிலையை உணர முடியாது. அப்போது தலை சுற்றுவது போன்ற ஒரு பொய்யான உணர்வு ஏற்படுகிறது.

இத் தலை சுற்றல் அல்லது வெர்டிகோ பிரச்னை நம் ஐம்புலன்களோடும் தொடர்புடைய ஒரு பிரச்னையாகும்.

காதில் அசாதாரணத் தன்மை, செவித் திறன் குறைதல் ஆகியவற்றுடன் தலை சுற்றலும் இருக்கலாம். கண்கள் கலங்கலாகத் தெரியலாம். அப்போது தலை சுற்றல் இருக்கலாம்.

எப்போதும் நுகரும் மணத்தில் (நுகரும் தன்மையில்) வித்தியாசம் உணரலாம். அப்போது தலை சுற்றலும் இருக்கலாம். இதற்கு மூளையின் குறிப்பிட்ட பகுதியில் நியூரான்களில் ஏற்படும் திடீர் மின் கசிவு காரணமாகும்.

அதே போல் சுவையறிதலில் அசாதாரணத் தன்மை இருக்கும். அப்போது தலை சுற்றலும் இருக்கலாம். இதற்கும் மேற்கூறிய காரணமே இருக்கலாம்.

இவ்வாறு ஐம்புலன்களின் அசாதாரணத் தன்மையோடு தலை சுற்றல் இணைந்து வரும்.

பக்கவாதத்தால் பேச்சிழந்த ஒரு நோயாளியின் காதின் செவிமுன்றில் நரம்புகளைத் (vestibular system) தூண்டும்போது அவரால் தற்காலிகமாகப் பேச முடிகிறது.

மனச் சிதைவு (schizopohrenia) நோயாளிகள் பிரமை, பொய்த் தோற்றம் (hallycination), மருட்சி, திரிபுணர்வு (delusion) இவற்றால் அவதியுறுவதுண்டு.

அப்போது அவரது காதில் கலோரிக் நீரை ஏற்றி, வெஸ்டிபுலர் நரம்பைத் தூண்டி விடுவதுண்டு. அப்போது இதுபோன்ற மனப் பிரச்னைகளிலிருந்து தற்காலிகமாக விடுதலை கிடைக்கும்.

பக்கவாத நோயாளி ஒருவர் தன் உடலின் ஒரு பகுதியோ, ஒரு உறுப்போ தனதல்ல என்று வாதாடுவார். அப்போது அவரது உள் செவியின் நரம்புகளைத் தூண்டும்போது தற்காலிகமாக, தன் நிலையை உணரக் கூடும்.

இவ்வாறு, நம் உடல், மன நிலையைச் சீராக வைப்பதில் உள் செவிப் பகுதி மிக மிக இன்றியமையாததாகும்.

மத்திய மூளை நரம்புகள்

இவ்வாறு ஐம்புலன்களும் தம் மூளையிலுள்ள நரம்பு செல்களாகிய நியூரான்களுடன் இணைக்கப்பட்டு நம்மை இயல்பாக இயங்க வைக்கின்றன.

தனித்தனியே இப்புலனுறுப்புகளில் அசாதாரணத் தன்மை ஏற்படலாம். அப்போது தலை சுற்றல் வரலாம். அல்லது மத்திய நரம்பு மண்டலத்தில் ஏதேனும் பிரச்னையோ அசாதாரணத் தன்மையோ இருக்கலாம். அப்போது தலை சுற்றல் இருக்கலாம்.

என்ன மாதிரியான பிரச்னைகள்?

எப்படி எதிர் கொள்வது? வரும் அத்தியாயங்களில் மனம், மூளை, செயல் என அனைத்தையும் விரிவாகப் பார்க்கலாம். வாருங்கள்.

2

விஞ்ஞானமும் மெய்ஞானமும்

பிரெஞ்ச் தத்துவ மேதை ரெனெ டெகார்த்தே, எண்ணங்களின் மூலமே தன் நிலை உணர்கிறேன் என்ற பொருளில் 'I think therefore I am' என்று சொன்னார். ஆனால், நம் வேதம் என்ன சொல்கிறதென்றால், தன் நிலை உணர்வதாலேயே எண்ணுகிறேன் என்ற பொருள்பட 'I am therefore I am able to think' என்கிறது. ஆக, விஞ்ஞானமும், மெய்ஞானமும், எண்ணங்களுக்கு ஆசனமாக இருக்கும் மன நிலையை, ஒரு மனிதனின் வாழ்வில் ஐந்து நிலைகளில் வரையறுக்கின்றன. அவை:

1. ஷிப்தம் என்ற சிதறி ஓடும் மனநிலை

இந்த முதல் நிலை, 0-10 வயது குழந்தையின் மனநிலை. எண்ணங்கள் பல தோன்றினாலும், ஒன்றுக்கொன்று தொடர்பு இல்லாமல் சிதறிவிடுவது.

2. முத்தம் என்ற மூடமான நிலை

இந்நிலை, 10-20 வயதுக்குட்பட்டவர்களின் மன நிலையில் அடங்கும். ஒன்றும் தோன்றாமல் விழிப்பதும், எதையும் எளிதில் மறந்துவிடுவதும், மாறுதல்களுக்கு உட்படுவதும் இவர்களின் இயல்பு.

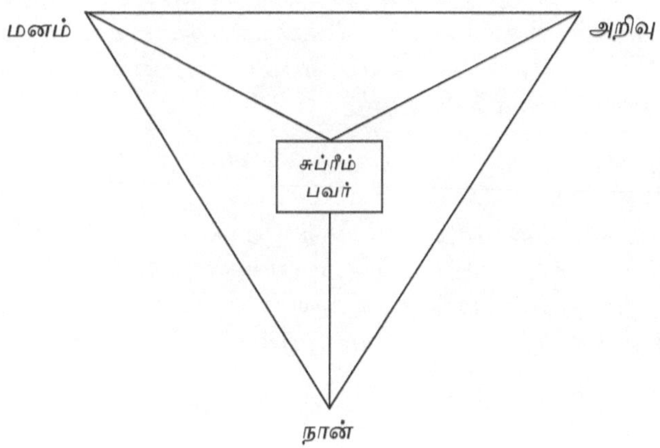

3. விஷிப்தம் என்ற குழப்ப மனநிலை

20-40 வயதுக்குட்பட்டவர்களின் நிலை இது. எளிதில் மயங்குவதும், எது வேண்டும், வேண்டாம் என இனம் பிரித்துக் காண முடியாமல் திண்டாடுவதும் இந்நிலையில்தான். இவ்வயதில்தான் காதல், வேண்டா திருமணம், சரியான கல்வியைத் தேர்ந்தெடுக்க இயலாமை, அலைபாயும் மனத்தோடு தேர்ச்சிபெற முடியாமை போன்ற பல்வேறு பிரச்னைகள் ஏற்படுகின்றன.

4. ஏகாக்ரம் என்ற ஒருநிலைப்பட்ட மனநிலை

40-60 வயதுக்குட்பட்டவர்களின் நிலை. ஒருநிலைப்பட்ட மனநிலை இது. இதை அடைவதையே உருப்படுதல் என்ற பொருள்பட ஒருப்படுதல் என்கின்றனர். ஒன்றில் மட்டும் நிலைப்பட்டுவிட்ட மனநிலை. 'இது வேண்டும். இது இல்லாமல் என்னால் முடியாது' என்று உறுதிப்பட்ட மனநிலை. இதுதான் வளர்ந்த மனித மனநிலை. முற்றிய மனநிலை.

5. நிருத்தம் என்ற ஒடுக்கப்பட்ட மனநிலை

எதில் மனம் ஒருமைப்பட்டு ஒட்டிக்கொண்டுவிட்டதோ அதைத் தவிர மற்றதைத் தியாகம் செய்யத் துணிந்த நிலை. துறந்தோடு மட்டுமின்றி அவற்றைப் பற்றி சிறிதும் எண்ணமின்றி இருக்கும் இந்நிலையில் 'நிருத்தம்' எனும் சமாதி நிலை கிடைக்கிறது.

இவ்வாறு மனநிலை ஒடுக்கப்பட்டு, ஒருமுகப்படுத்தப்படும் போதும், அறிவுத் திறன் வீழ்ச்சியடையும்போதும், நான் என்ற

எண்ணத்தை விட்டு வெளிவரும்போதும், குவியும் இடத்தைத் தான் அறிவியலாளர்களும், வேதாந்திகளும், சுப்ரீம் பவர், இறைவன், இயற்கைக்கு அப்பாற்பட்ட சக்தி என்று பல்வேறு பெயர்களால் அழைக்கின்றனர்.

மொத்தத்தில் மனம் என்பது ஒரு வெள்ளைத் (ஸ்க்ரீன்) திரை போன்றது. அதில் தோன்றும் காட்சிகளைப் போன்றதுதான் நம் எண்ணங்கள். பல்வேறு காட்சிகள் தோன்றினாலும் திரையில் எவ்வித மாறுதலும் ஏற்படப்போவதில்லை. அதுபோல், மனம் எப்போதும் தூய்மையானது, நிலையானது. பல்வேறு எண்ணங் களைத் தாங்கி நிற்கும் இம்மனம் இருக்கும் இடம்தான் மூளை.

மருத்துவரின் பார்வையில் இந்த மூளையை அடுத்த அத்தியாயத்தில் பார்க்கலாம்.

3

விஞ்ஞானமும் மூளையும்

மேல்மாடி காலியா?

என்னது இது? நான் ஒண்ணு சொன்னா, நீ ஒண்ணு செஞ்சுட்டு வந்திருக்க? உனக்கென்ன மேல்மாடி காலியா? என்று சாதாரணமாகக் கேட்பது வழக்கம்.

என்ன அது மேல்மாடி? நம் மூளையைத்தான் மேல்மாடி, களிமண் என்று பல்வேறு புனைப் பெயர்கள் வைத்துச் செல்லமாக அழைப்பது வழக்கம். இது எல்லோரும் அறிந்ததே. நாம் சொல்வதுபோல், தப்பும் தவறுமாக வேலையைச் செய்யும் ஒருவருக்கு மேல்மாடி காலியாகவா இருக்கும். அங்கே என்ன இருக்கிறது, என்ன நடக்கிறது, சற்று எட்டிப் பார்த்துவிட்டு வருவோமா?

உலகில் உள்ள எல்லா கம்ப்யூட்டர்களையும் விட நம் மூளை புத்திசாலியானது. எவ்வளவு தான் கற்றுக்கொண்டாலும் இன்னும் கொண்டு வா, இன்னும் கொண்டுவா என்று பகாசுரனாகக் கேட்டுக்கொண்டே இருக்கும். ஆம். அடுத்தடுத்து கற்றுக்கொள்ளவும், ஞாபகத்தில் வைத்துக்கொள்ளவும் மூளையில் சில பகுதிகள் வெற்றிடமாக இருக்கும் என்று

சொல்கிறார்கள். ஆக, நம்முடைய மூளை அவ்வளவு ஆற்றலைப் பெற்றது.

நம் மூளை, 1400 கோடி நரம்பு செல்களால் ஆனது. மூளையும் தண்டு வடமும் சேர்ந்ததுதான் மூளையின் நரம்பு மண்டலம். இவை மூன்றுக்கு உறையால் போர்த்தப்பட்டிருக்கும். இந்த உறைக்கு 'மெனிஞ்சஸ்' என்று பெயர். முன் மூளை, நடு மூளை, பின் மூளை என்று மூன்று பகுதிகளாக மூளை பிரிக்கப் பட்டிருக்கிறது.

முன் மூளையை, பெருமூளை, இடைமூளை என்றும், பின் மூளையை சிறுமூளை, பான்ஸ், முகுளம் என்றும் வல்லுநர்கள் பிரித்திருக்கிறார்கள். இடை(நடு) மூளையில் தலாமஸ் மற்றும் ஹைப்போ தசைகள் உள்ளன. இப்படிப்பட்ட மூளை, கபாலத்தின் உள்ளே மிகவும் பத்திரமாக, பொக்கிஷமாக உட்கார்ந்து கொண்டிருக்கிறது. உட்கார்ந்து கொண்டிருக்கிறது என்பதைவிட, மிதந்து கொண்டிருக்கிறது என்றால் இன்னும் சரியாக இருக்கும். ஏனென்றால், கபாலத்துடன் உராய்ந்துவிடாமல் இருக்க மூளைத் தண்டுவடத் திரவம் என்ற லூரப்ரிகேஷன் திரவம் மூளையைப் பாது காக்கிறது.

மூளையை வலது பிரிவு, இடது பிரிவு என இரண்டாகப் பிரிக் கின்றனர். அதாவது, வலது அறைக் கோளம் மற்றும் இடது அறைக் கோளம். உடலின் வலது பகுதியை இடப்பக்க அறைக் கோளமும், உடலின் இடது பகுதியை வலப்பக்க அறைக்கோளமும் கட்டுப்படுத்துகின்றன. உடைக்கப்பட்ட தேங்காயின் இரு மூடிகள்போல் உருவ அமைப்பில் இவை ஒரே மாதிரிதான் இருக்கும். ஆனால், அவற்றின் வேலைகள் வேறு வேறாகத்தான் இருக்கும்.

வலப்பக்க அறைக்கோளத்தில்,

1. சைகை மொழித் தகவல் பரிமாற்றம், உடல் அசைவுகள் மூலம் தகவல் பரிமாற்றம், தொடுதல் மற்றும் பகுத்தறிவு.

2. சிறு தகவல்களை ஒருங்கிணைத்து முழுமையான தகவலைப் பெறுதல்.

3. உணர்வுகள் மற்றும் கற்பனைகளைப் புரிந்துகொண்டு செயல்படுதல்.

4. கலை உணர்வு மற்றும் படைப்பாற்றல்களை வெளிப் படுத்துதல்.

5. கற்பனை, நுண்ணறிவு, கலை ஆர்வம், இசையில் நாட்டம், முப்பரிமாண உணர்வு போன்ற திறமைகள் வளர்ச்சி அடைவதுடன், உடலின் இடப்பக்க இயக்கமும் கட்டுப் படுத்தப்படுகிறது.

இடப்பக்க அறைக்கோளத்தில்,

1. சொற்கள், பெயர்கள், கருத்துகள்.

2. செய்திகளை ஆராய்ந்து, பகுத்து, ஒழுங்குபடுத்துதல்.

3. முடிவுகளை எடுப்பதற்கு ஆய்ந்து செயல்படுதல்.

4. சிந்தனை ஆற்றல்.

5. ஊகம், அறிவியல் மற்றும் கணிதம் ஆகியவற்றில் ஆர்வம், வேகத்திறன் போன்ற திறமைகள் வளர்ச்சி அடைவதுடன், உடலின் வலப்பக்க இயக்கமும் கட்டுப்படுத்தப்படுகிறது.

உதாரணத்துக்கு, ஒரு வீட்டுச் சமையற்காரரின் வேலை வேறு. பாத்திரம் துலக்குபவரின் வேலை வேறு. ஆனாலும், இருவரும் ஒருங்கிணைந்து வேலை செய்தால்தான் அங்கு வேலை நல்ல முறையில், பிரச்னை இல்லாமல் முழுமை பெறும். நீ சொல்ற நேரத்துக்கெல்லாம் நான் வர முடியாது என்று ஒருவருக்கொருவர் நீயா, நானா என்று சண்டை போட்டால் இருவரது வேலையும் உருப்படியாக நடக்காது.

'ரெண்டு கையும் சேர்ந்தாதான் ஓசை' என்பது இங்கு மிகச் சரி.

வலது கையை இயக்க இடது அறைக் கோளமும், இடது கையை இயக்க வலது அறைக் கோளமும் ஒருங்கிணைந்து செயல்படுத்தினால்தான் கரவொலியே எழுப்ப முடியும் என்றால் பார்த்துக்கொள்ளுங்கள். இப்பிணைப்பு அறுபட்டால் இரண்டு அறைக் கோளங்களும் தனித்தனியே இயங்கும். பிறகு பிரச்னைதான். பொம்மலாட்டம்போல் எந்தக் கையை, எந்தக் காலை இயக்குவது என்ற குழப்பம் ஆரம்பிக்கும்.

சாதாரணமாக, எல்லோருக்கும் இடது அறைக் கோளத்தின் ஆதிக்கம் சற்று அதிகமாக இருக்கும். அதனால்தான் வலப்பக்கத்தை அதிகம் உபயோகிக்கிறோம்.

சிலருக்கு இடக்கைப் பழக்கம் இருப்பதைக் காண்கிறோம். அவர்களுக்கு மூளையின் வலது அறைக்கோளம் ஆதிக்கம் செலுத்துவதே இதற்குக் காரணம்.

சரி, இத்தனை வேலையையும் முன்னின்று நடத்துபவர் யார் என்றால், அது நியூரான்கள். இந்த நியூரான்கள் பற்றி அடுத்து பார்க்கலாம்.

நியூரான்கள்

மனித மூளையில் நியூரான்கள் எனப்படும் செல்கள் உள்ளன என்று பொதுவாகவோ, எளிதாகவோ சொல்லிவிட முடியாது. ஏனெனில், அவன் அன்றி ஓர் அணுவும் அசையாது என்பார்களே, அதுபோல் இந்த நியூரான்கள் இல்லாமல் மூளையே இல்லை.

ஒரு கரு, தாயின் வயிற்றில் இருக்கும்போதே நியூரான்கள் உற்பத்தியாகத் தொடங்கிவிடுகின்றன. அதாவது, ஒரு நொடியில் 2500 நியூரான்கள் உருவாகும், உருவாக வேண்டும் என்று கண்டுபிடித்திருக்கிறார்கள். அதாவது, கரு உருவான முதல் 90 நாள்களுக்கு ஒவ்வொரு நொடியும் 2500 நியூரான்கள் உருவானால் தான் மனித மூளை தினப்படி பணிகளைச் செய்யமுடியும். அப்படியென்றால், மொத்தம் 240 கோடி நியூரான்கள்.

இந்த 240 கோடி நியூரான்களை இணைத்துச் செயல்பட வைக்க வேண்டுமே. இந்தப் பணியைப் பாலம்போல் இணைத்துச் செய்வது யார் என்றால், அது, க்ளையல் செல் (Glial Cells). இந்த செல்களின் எண்ணிக்கை எவ்வளவு தெரியுமா? நியூரான்களை விட 10 மடங்கு அதிகம்.

இந்த க்ளையல் செல்களும் நியூரான்களும் வலுவிழக்கும் போதுதான், மூளையில் பல்வேறு குறைபாடுகளும், நோய்களும் தலை தூக்க ஆரம்பிக்கின்றன.

இத்தனை கோடி நியூரான்கள் மூளையில் இரவு பகலாக உழைத்துக் கொண்டு நம்மை இயக்கிக்கொண்டிருக்கின்றன. இப்போது சொல்லுங்கள், யாருக்காவது மேல்மாடி காலியாகவா இருக்கும்?

ஐந்தாம் வகுப்பு படிக்கும் பாலாஜியை அழைத்துச் செல்ல வந்த கார் டிரைவரிடம், பாலாஜியின் அப்பாவை மறுநாள் காலை பிரின்சிபாலை வந்துப் பார்க்கும்படி, கிளாஸ் டீச்சர் கூரினார். வீட்டுக்கு வந்ததும், டிரைவர் சொன்னதைக் கேட்டு பாலாஜியின் பெற்றோருக்கு, எதற்காக பிரின்சிபாலை வந்து பார்க்கச் சொன்னார்கள் என்று குழப்பத்தில் ஆழ்ந்தனர்.

என்னவென்றுதான் பார்த்துவிடுவோம் என்று, மறுநாள் காலை அலுவலகத்துக்கு விடுமுறை போட்டுவிட்டு பாலாஜி படிக்கும் பள்ளிக்கு அவனுடைய அப்பா சென்றார்.

பாலாஜியின் அப்பாவைப் பார்த்த உடனேயே, பாலாஜி மீது அடுக்கடுக்கான புகார்ப் பட்டியலை பிரின்சிபால் வாசித்தார். அதைக் கேட்கக்கேட்க பாலாஜியின் அப்பாவால் நம்பவே முடியவில்லை.

உடன் படிக்கும் மாணவர்களுடன் கட்டிப்புரண்டு சண்டை போடுவதாகவும், எல்லோரையும் கண் மண் தெரியாமல் அடித்துவிடுவதாகவும், அடிக்கடி சண்டைக்கு வா என்று தொல்லைப்படுத்துவதாகவும் பாலாஜி மீது குற்றச்சாட்டுகள் சுமத்தப்பட்டன.

வீட்டில் பாலாஜி எப்படி இருக்கிறான் என்று கேட்ட பிரின்சிபாலிடம், நானும் என் மனைவியும் வேலைக்குப் போகிறோம். வீட்டில் வேலைக்காரபாட்டிதான் இருப்பார். நாங்கள் இருவரும் இரவு 8 மணிக்கு மேல்தான் வீட்டுக்கே வருவோம். அதனால், அவனுடைய அன்றாட வேலைகள் பற்றி அவ்வளவாகத் தெரியாது என்றார் பாலாஜியின் அப்பா.

சரி, அவனிடமே கேட்டுவிடலாம் என்று நினைத்து, அவனைக் கூப்பிட்டு அனுப்பினார் பிரின்சிபால். சிறிது நேரத்தில் அறைக்கு வந்த பாலாஜியிடம், ஸ்கூல் விட்டு வீட்டுக்குப் போனதும் என்ன செய்வாய் என்று பிரின்சிபால் கேட்டார்.

நான் டிவி பார்ப்பேன் என்ற அவனிடம், என்ன சேனல் பார்ப்பாய் என்று கேட்டார். நான், ஸ்போர்ட்ஸ் சேனல் பார்ப்பேன்.

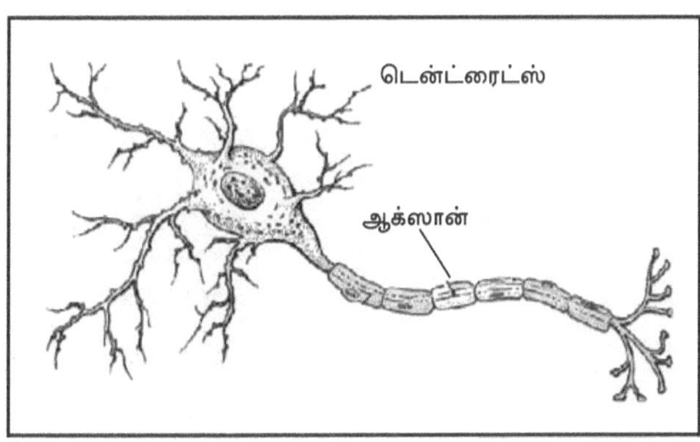

குத்துச்சண்டை, மல்யுத்தம், WWF போன்ற விளையாட்டுக்கள் பிடிக்கும் என்றான் பாலாஜி.

சரி. இந்த நிகழ்ச்சிக்கும், மிர்ரர் நியூரான்கள் என்று சொல்லப்படும் 'கண்ணாடி நியூரான்களுக்கும்' என்ன சம்பந்தம். பார்க்கலாம் வாருங்கள்.

கற்றுக்கொள்ளத் தூண்டும் கண்ணாடி நியூரான்கள்

நினைவாற்றல் குறைந்துகொண்டே வருகிறது என்கிறார் ஒருவர். மேலும், நன்கு தெரிந்த மொழியே தடங்கலாக இருக்கிறது என்றும் கூறுகிறார். இவ்வாறு ஒரு விஷயம் மறந்துபோவதற்கு முன் அதை அவர் கற்றிருக்க வேண்டுமே. அது எப்படி நிகழ்கிறது என்றால், அது 'மிர்ரர் நியூரான்' என்றழைக்கப்படும் நியூரான்களால்தான்.

குரங்கு-குல்லாக்காரன் கதை எல்லோருக்கும் தெரிந்ததுதான். குல்லா வியாபாரியின் குல்லாக்களை எடுத்துக்கொண்ட குரங்குகள், அவன் கையில் இருந்த குல்லாவை வீசி எறிந்தவுடன், அதைப் பார்த்து எல்லா குரங்குகளும் தங்களுடைய கையில் இருந்த குல்லாவைக் கீழே போட்ட கதையை எல்லோரும் படித்திருக்கிறோம். இங்கே எதற்கு அந்தக் கதை என்று கேட்கிறீர்கள்? அதற்கு மூல காரணமே இந்த மிர்ரர் நியூரான்கள் தான். ஆச்சரியமாக இருக்கிறதா?

1990-ம் ஆண்டு, இத்தாலியில் உள்ள ஒரு சோதனைக் கூடத்தில் ஜியாகோமோ ரிஸோலாடி (Giacomo Rizzolatti) என்ற நரம்பியல் நிபுணர், ஒரு குரங்கின் மூளையை ஆராய்ந்தார். அப்போது அவர், குரங்கின் மூளையில் சில முக்கியத்துவம் வாய்ந்த நியூரான்கள் இருப்பதைக் கண்டறிந்தார். மேலும், இந்த நியூரான்களின் தூண்டுதலாலேயே பிறர் செய்யும் செயலைக் குரங்குகள் திருப்பிச் செய்வதாகக் கண்டறிந்தார் ரிஸோலாடி.

மனித மூளையை ஆராய்ந்தபோது, இந்த 'மிர்ரர் நியூரான்கள்' குரங்கைவிட அதிக அளவில் இருப்பதாகக் கண்டறிந்தார். அதனால்தான், மனிதனால் பிறரின் செய்கைகளை மட்டுமின்றி, பிறரின் உணர்வு, நடவடிக்கை, பல்வேறு உணர்ச்சிகள் போன்றவற்றைப் புரிந்துகொள்ள முடிகிறது என்றும் கூறினார்.

ஆக, ஒருவர் மனத்தை ஒருவர் படிப்பது என்பது இந்த மிர்ரர் நியூரான்களால்தான்.

தாயின் வயிற்றில் இருக்கும்போதே குழந்தை கற்றுக்கொள்ள ஆரம்பித்து விடுவதாக நம் புராணங்களில் பல கதைகள் உண்டு. அது முற்றிலும் உண்மை. அதற்கு மூல காரணமே இந்த மிர்ரர் நியூரான்கள்தான்.

ஒவ்வோர் ஆண்டும் இந்த நியூரான்கள் சோடியம், பொட்டாஷியம் போன்று தனக்கு உரமாக இருக்கும் பொருள் களைத் தானே புதுப்பித்துக்கொள்கின்றன. இதனால், ரசாயன மாற்றம் ஏற்பட்டு நியூரான்கள் புதுப்பிக்கப்படுகின்றன. இந்த நியூரான்கள் ஜாதி, மத, மொழி, இன, வயது, பால் வேறுபாடின்றி சாதாரணமாக எல்லோருக்கும் ஒரே அளவில்தான் இருக்கும்.

இவற்றை நம் கட்டுப்பாட்டுக்குள் வைக்க முடியாது. உதாரணத்துக்கு, குழந்தைகள் பந்து விளையாடுகின்றன. ஒன்றைப் பார்த்து இன்னொன்றும் அதேபோல் எறிகிறது. அதற்கு மிர்ரர் நியூரான்கள் தூண்டப்படுவதே காரணம்.

அதாவது, 'நான்' என்ற தடை நீங்கி, நியூரான்கள் இழுக்கும் இழுவைக்கு நாம் இயங்கும்போதுதான் நம்மால் கற்றுக்கொள்ள முடிகிறது. அதுதான் இதன் சிறப்பு.

பிறரின் செய்கையிலிருந்து கற்றுக்கொள்ள வைக்கிற இந்த மிர்ரர் நியூரான்கள் மட்டும் நமக்கு இல்லை என்றால், இந்த அழகான உலகம் இருக்குமா? ஓவியம், நடனம், இசை, மொழி உள்ளிட்ட ஆய கலைகள் 64-ம் ஒருவரிடமிருந்து பிறருக்கு, இந்த மிர்ரர் நியூரான்கள் இல்லையென்றால் கற்றுக்கொள்வது என்பது சாத்தியமில்லை.

'ஆடிஸம்' எனப்படும் குறைபாடு உள்ள குழந்தைகளின் மூளையைப் பரிசோதித்தபோது, இந்த நியூரான்கள் சரியான வகையில் இல்லாமல், உடைந்தும் ஒழுங்கற்ற நிலையிலும் இருப்பது கண்டறியப்பட்டது. இதனால்தான், ஆடிஸத்தால் பாதிக்கப்பட்டவர்கள், பிறரிடமிருந்து எதையும் எளிதில் கற்றுக்கொள்ள முடிவதில்லை. பிறர் உணர்ச்சிகளையும் புரிந்து கொள்ள முடியாமல், தன் உலகத்தில் ஆழ்ந்து விடுகின்றனர் என்கின்றனர் நிபுணர்கள்.

தற்போதுள்ள மூளையின் எடை மற்றும் திறனை, பரிணாம வளர்ச்சியில் 3 லட்சம் ஆண்டுகளுக்கு முன்பே மனிதன் பெற்று விட்டான். ஆயினும், கடந்த ஐம்பதாயிரம் ஆண்டுகளில்தான் வியக்கத்தக்க வகையில் கலை, மொழி, விளையாட்டு, பல்வேறு அறிவியல் கண்டுபிடிப்புகள், கணிதம் என்று பல்வேறு துறைகளிலும் கால்பதித்து, இன்றுவரை ஒவ்வொரு நாளும் புதிது புதிதாகக் கண்டுபிடித்துக்கொண்டிருக்கிறான் என்றால், அதற்குக் காரணம் இந்த மிர்ரர் நியூரான்கள்தான்.

முன்பெல்லாம், குழந்தைகள் மிகவும் சீக்கிரமாகவே நடக்க பேசக் கற்றுக்கொண்டுவிடுவதோடு, நல்ல மொழி வளமும் இருந்தது. காரணம், கூட்டுக் குடும்பம். நாள் முழுவதும் பல்வேறு மனிதர்களின் நடவடிக்கைகளைப் பார்த்துக் கொண்டே அதனைத் திரும்பச் செய்ய முயற்சிக்கும் குழந்தை, எளிதில் வெற்றியும் பெறும்.

அதேபோல், ஒழுக்கமான வாழ்க்கை முறை, இனிமையான பேச்சு, அழகான பாட்டு, ஒருவருக்கொருவர் விட்டுக் கொடுத்தல், பகிர்ந்துண்ணல் போன்று பல்வேறு நடவடிக்கை களையும் பார்க்கும்போது உணர்வுகளை எளிதில் புரிந்து கொள்ளவும், அதேபோல் நடக்கவும் செய்கிறது குழந்தை.

இப்போது 'நியூக்ளியர் பேமிலி' எனும் தனிக் குடித்தனத்தில் யாரும் இல்லாத வீட்டில் நுழைந்தவுடன் ஹாயாக டி.வி.யை ஆன் செய்துவிட்டு உட்கார்ந்துவிடுகிறார்கள் பள்ளியில் இருந்து வரும் குழந்தைகள். போட்டி போட்டுக்கொண்டு ஒளிபரப்பாகும் வன்முறை மற்றும் ஆபாசக் காட்சிகளைப் பார்க்கும்போது, அவர்களை அறியாமல் நடக்கும் மிர்ரர் நியூரான்களின் தூண்டுதலால் வன்முறை, கோபம் எல்லாம், பார்ப்பவர்களுக்கும் தலைதூக்க ஆரம்பிக்கின்றன. இப்போது புரிகிறதா, பாலாஜியின் குஸ்தி சண்டை ஆசைக்குக் காரணம் என்னவென்று?

ஆக, 'தீயதைப் பார்க்காதே', 'தீயதைக் கேட்காதே', 'தீயதைப் பேசாதே' என்பதை நினைவில் கொண்டால் நல்லது.

சும்மாதான் பார்க்கிறேன் என்று ஆரம்பித்தால், உங்களுக்கே தெரியாமல், மிர்ரர் நியூரான்கள் தயவில் திசை திருப்பப்பட்டு விடுவீர்கள். ஆகையால், ஆக்கபூர்வமாக சிந்தித்துச் செயல் படுவோம்.

மூன்று லட்சம் ஆண்டுகளுக்கு முன்பு உலகம் உருவானது. இதில் கடைசி 50 ஆயிரம் ஆண்டில்தான், மூளையில் மொழியைக் கற்றுக்கொள்ளும் பகுதியைப் பயன்படுத்தி மனிதன் பேசக் கற்றுக்கொள்ள முயற்சித்தான். இதற்குக் காரணம் மிர்ரர் நியூரான்கள்தான்.

இந்த மிர்ரர் நியூரான்கள் எல்லோருக்கும் ஒரே மாதிரித்தான் இருக்கும். ஹிந்து, முஸ்லிம், கிறிஸ்தவர், யூதர்கள் என பல்வேறு மதங்களைச் சார்ந்தவர்களாக இருந்தாலும், ஏழை - பணக்காரன், படித்தவன் - படிக்காதவன் என்ற பலவகையான வித்தியாசங்கள் இருந்தாலும், எல்லோருடைய மூளையிலும் இருக்கும்

நியூரான்களில் எந்த வேறுபாடும் கிடையாது. ஆனால், எண்ணங்களில் நிறைய வேறுபாடுகள் இருக்கலாம். இந்த அற்புதம் எப்படி நிகழ்கிறது? இன்னும் புரியாத புதிராகத்தான் இருக்கிறது.

நாம் நகர்வதால்தான் நகர்கிறோம் என்று நாம் நினைக்கிறோம். ஆனால், புலனுறுப்புகளுடன் இணைக்கப்பட்டு இருக்கும் நியூரான்கள் நகர்வதால்தான் நாம் நகர்கிறோம்.

அறிவியலில், காலமும் பிரபஞ்சமும் (Space) நகர்வதே இல்லை. பிரபல விஞ்ஞானி ஜன்ஸ்டீனும், நாம் கணக்கிடுவதற்கு எளிதாக மாதம், வருடம், நாள் என்று பெயர் கொடுத்துவைத்துள்ளோம். பிரபஞ்சம் என்று வரும்போது எதுவுமே நிரந்தரமில்லை என்கிறார். அப்படி இருக்கும்போது, நினைவாற்றல் எப்படி நிரந்தரமாகும்?

ஆல்ஃபா என்னும் அருமருந்து

நரம்பியல் மருத்துவத்தில், ஒருவரை உட்காரவைத்து அவருடைய தலையில் அக்டோபஸின் கால்களைப்போல் எட்டுத் திசைகளிலும் ஒயர்களைப் பரவவிட்டு செய்யப்படும் ஒருவிதமான பரிசோதனையைப் பற்றி சிலருக்குத் தெரிந்திருக்கலாம். அப்படி என்ன பரிசோதனை அது? அதன் பெயர் என்ன என்பதைப் பற்றித் தெரிந்துகொள்ளும் முன், மூளையில் என்னதான் நடக்கிறது என்பதைப் பற்றி கொஞ்சம் விரிவாகத் தெரிந்துகொள்வோம்.

நம் மூளையில் இருந்து மெல்லிய மின் வீச்சுகள் வெளிவந்து கொண்டே இருக்கின்றன. இவ்வாறு வெளிவரும் மின் வீச்சுகளை நரம்பியலாளர்கள், விநாடிக்கு இத்தனை சுற்றுகள் (சைக்கிள்) என்று கணக்கிட்டு டெல்டா, தீட்டா, ஆல்ஃபா, பீட்டா, காமா என்று ஐந்து நிலைகளாகப் பிரிக்கின்றனர். இந்த ஒவ்வொரு சைக்கிள் நிலையிலும் நம் மன, உடல் நிலைகளில் மாற்றம் இருக்கும்.

அதாவது டெல்டா நிலை என்பது ஒருவரின் ஆழ்ந்த தூக்கத்தில் தோன்றும். இதை, விநாடிக்கு 0.5-3.5 HZ என்று கணக்கிட்டுள்ளனர். தீட்டா நிலை, விநாடிக்கு 4-7 HZ. இது மிதமான தூக்கத்தில் இருக்கும். ஆல்ஃபா மின் அலைகள், தூக்கத்துக்கும் விழிப்புக்கும் இடைப்பட்ட காலத்தில் 8-12 HZ அளவில் இருக்கும். பீட்டா 13-28 HZ என்ற அளவிலும், காமா 28 HZ-க்கு மேலும், ஒருவரின் பிற செயல்பாட்டு நிலைகளில் (படித்தல், எழுதுதல், மற்ற வேலைகள்) இருக்கும் என்கின்றனர்.

மின் அலைகளின் அளவை எப்படிக் கணக்கிடுகிறார்கள்? 1924-ம் ஆண்டில் ஜெர்மனியைச் சேர்ந்த ஹேன்ஸ் பெர்ஜர் என்ற உளவியலாளர், EEG எனப்படும் எலெக்ட்ரோ என்ஸெஃபலோ கிராஃப் (Electro Encephalo Graph) என்ற முறையைக் கண்டறிந்து உலகுக்கு அறிமுகப்படுத்தினார். இதுதான், மூளையில் நடக்கும் பல்வேறு விஷயங்களை அறிந்துகொள்ள உதவும் ஆதாரமாக இன்றளவும் பயன்பட்டு வருகிறது. இந்த EEG-யைத்தான் அத்தியாயத்தின் முதலில் பார்த்தோம்.

இம்முறையில், மூளையின் பல்வேறு பகுதிகளின் செயல்பாடும், வளர்ச்சி நிலையும் நன்கு புரிந்துகொள்ளப்படுகிறது. இன்று கம்ப்யூட்டர் யுகம். ஹேன்ஸ் பெர்ஜர் முறையின் அடிப்படையில், கம்ப்யூட்டர் உதவியுடன் மனித மூளையின் ஒவ்வொரு பகுதியிலும் மின் அலை அளவுகளை உடனடியாகக் கணக்கிடலாம். அதன்மூலம், அவருக்கு ஏற்பட்டு இருக்கும் பிரச்னைகளையும் எளிதில் அறியலாம். தகுந்த சிகிச்சையும் அளிக்கலாம்.

ஹேன்ஸ் பெர்ஜர் தான், முதன் முதலில் ஆல்ஃபா மின் அலைகளைக் கண்டறிந்தார். அதாவது, ஒருவர் கண்களை மூடி பிரார்த்தனை செய்வதுபோல் இருக்கும்போது இந்த ஆல்ஃபா மின் அலைகள் ஏற்படுகிறது. கண்களைத் திறந்து அவரது கவனம் திசை திரும்பும்போது, உடனே பீட்டா மின் அலைகள் தோன்றி விடுகின்றன என்றும் அவர்தான் கண்டறிந்து கூறினார்.

பொதுவாக, ஆல்ஃபா வின் அலைவரிசை 8-12 HZ என்றாலும், சாதாரணமாக எல்லோருக்கும் 10 HZ அதாவது விநாடிக்கு 10 சைக்கிள் என்ற அளவிலேயே இருக்கிறது. அதுவும் ஒருவர் பார்வை மற்றும் பிற செயல்பாடுகளில் இருந்து தன்னை விடுவித்துக்கொண்டு விழிப்புணர்வுடன் கண்களை மூடிய நிலையில் இருக்கும்போது மட்டுமே இந்த ஆல்ஃபா மின் அலைகள் ஆதிக்கம் செலுத்துகிறது என்று பல்வேறு நரம்பியலாளர்களும் கண்டறிந்தார்கள். சரி. அதனால் என்ன என்று கேட்கிறீர்களா?

இந்த ஆல்ஃபா நிலையில் செயல்படும்போது பொதுவாக இயங்கும் இடப்பக்க மூளையுடன் வலப்பக்க மூளையும் ஊக்குவிக்கப்படுகிறது. அதனால், நமது மூளை மிகவும் சக்தி வாய்ந்த, ஆக்கபூர்வமான, உள்ளுணர்வுடன்கூடிய சிந்தனையில் செயல்படுகிறது. இந்நிலையில், நாம் நம் ஆழ்மனத்துடன் தொடர்பு ஏற்படுத்திக்கொள்ள முடியுமாம். ஆல்ஃபாவின்

அருளால் தடுமாற்றமோ, குழப்பமோ இல்லாமல் முடிவுகளை எடுக்கலாம். பதற்றத்துக்கு இடம் இல்லை. உடல் ஆரோக்கியம் ஏற்படும். நம் எண்ணங்களையும் செயல்களையும் நம் கட்டுப்பாட்டுக்குள் வைத்திருக்கலாம். தீய எண்ணங்கள் நம்மை விட்டு ஓடும். இரவில் நன்றாகத் தூங்கலாம். பாஸிடிவ் திங்கிங் எனப்படும் நேர்மறையான எண்ணங்கள் தலைதூக்கும் என்று அடுக்கிக் கொண்டே செல்கின்றனர். இது நமக்கு தெரிந்ததுதானே என்று சிலர் நினைக்கலாம்.

ஆம், ஆண்டாண்டு காலமாக முனிவர் முதல் ரமணர் வரை எல்லோரும் பழகச் சொன்ன தியானம்தான் இந்த ஆல்ஃபா நிலை. ஆனால், எதையுமே அறிவியல்பூர்வமாக ஆராய்ந்து சொன்னால் தான் நம்புவார்கள். 1960-களில் பேங்கெட் (Banquet) என்ற நரம்பியல் நிபுணர் இதை நிரூபிக்க முனைந்தார்.

அவர் யோகா, தியானம் பழகும் ஜென் (Zen) துறவிகளை EEG முறையில் பரிசோதித்தார். அப்போது, ஆல்ஃபா (8-12 HZ) அலை வரிசையில் மின் அலைகள் இருப்பதைக் கண்டார். தியானத்தின் இரண்டாம் நிலையில், மூளையின் முன், பின் பகுதிகளில் தீட்டா மின் அலைகள் பரவுவதைக் கண்டார். தியானத்தில் நல்ல அனுபவம் உள்ள சிலருக்கு மூன்றாம் நிலையாக பீட்டா மின் அலைகள் அதிக அளவில் (13-28 HZ) உற்பத்தியாகி, மூளையின் முழுப் பகுதியையும் ஆக்கிரமிப்பதாகக் கண்டறிந்து கூறினார். மேலும், ஆழ்ந்த தியானத்தின்போது வெளிச்சம், சத்தம் போன்ற புறக் காரணிகளால் ஆல்ஃபா நிலை தடுக்கப்படுவதில்லை என்றும் கூறினார்.

மொத்தத்தில், மனத்தின் சந்தோஷ நிலையே இந்த ஆல்ஃபா நிலை என்கிறார்கள். வயது வரம்பின்றி அனைவரும், தினமும் 10 முதல் 15 நிமிடமாவது தியானத்துக்கென்று ஒதுக்க வேண்டும். தங்கள் ஆழ்மனத்துக்குத் தக்க பயிற்சி அளித்தால், அதன்மூலம் எந்த வேலையையும் எளிதில் செய்து முடிக்கலாம். எந்த சவால் களையும் சந்தித்து சாதனை படைக்கலாம். பதற்றம், மனச்சோர்வு, மன அழுத்தம் ஏதுமின்றி சந்தோஷமாக வாழ்வைக் கழிக்கலாம் என்று சொல்கிறார்கள்.

இப்படி வாழ்க்கையை எளிமைப்படுத்தக்கூடிய ஆல்ஃபா தியானத்தை ஒழுங்காகப் பயிலும் எல்லோருக்கும் நிஜமாகவே அருமருந்துதான் என்பதில் சிறிதும் ஐயமில்லை.

4

'நான்' யார்? அறிவோமா?

மனம் என்பது உணர்ச்சிவசப்படுவதும் குழம்புவதும், புத்தி என்பது தீர்மானிப்பதும் தெளிவடைவதும் ஆகும்.

மனமும் புத்தியும் சேர்ந்த தொகுதியே சித்தம். அதாவது, உள்ளம் எனப்படுவது. மனமும், புத்தியும் விளையும் நிலமே உள்ளம் என்றும் கொள்ளலாம்.

அதாவது, மனமும் புத்தியும் எண்ணங்களாகக் கிளைவிட்டுக் கிளம்புவதற்குக் களமாக இருப்பது அடிப்படையான உள்ளம் அல்லது அடிமனம் (Subconcious) மற்றும் மறைமனம் (Unconciousness) இரண்டும்தான். இந்தப் பகுதிகளில் இருந்தே, கண், காது, மூக்கு என ஒவ்வொன்றாக சேர்த்து ஓர் உருவம் வரைவது போல் எண்ணங்கள் ஒவ்வொன்றாகத் தோன்றி நம்மை ஆக்கிரமிக்கின்றன.

இந்தப் பகுதி தூய்மையாகிவிட்டால், உள்ளமும் தூய்மை அடைகிறது என்று யோக சூத்திரங்களும் வேதங்களும் சொல்கின்றன.

இதற்கு ஏதாவது க்ளீனிங் சொல்யூஷன் (Cleaning Solution) இருக்கிறதா என்ன? ம்... இருக்கிறது. அதற்குப் பெயர்தான் தியானம் என்கின்றனர் மகான்கள்.

மனம் என்பது எண்ணங்கள் மட்டும்தான். எண்ணங்கள் ஏற்படாத இயக்கமற்ற நிலையில் மனம் இருக்கும்போது, வெளியுலகத் தொடர்பு இல்லாத உறக்கம் ஏற்பட்டு விடுகிறது.

ஒருவர் தூங்கி எழுந்துவிட்டு, 'ஒண்ணுமே தெரியாம தூங்கினேன். சவுண்ட் ஸ்லீப் (Sound Sleep)' என்கிறார். 'ஒண்ணுமே தெரியாம தூங்கினார்' என்பதை அவர் அறிந்தது எப்படி? தூக்கத்திலும் மூளை பதிவு செய்து கொண்டிருக்கிறது.

எந்த ஒரு நிலையிலும் எண்ணங்கள் மனத்தில் ஓடிக்கொண்டே தான் இருக்கின்றன. மனத்துக்கு வெறுமை ஒருநாளும் சாத்திய மாகாது. அதனால், எண்ணங்கள் என்பதே விழிப்புணர்வுடன் இருப்பதைக் காட்டுகிறது. அனுபவிக்கப்பட்ட விஷயத்தின் (எண்ணத்தின்) அழியாத்தன்மையைத்தான் 'நினைவு' (Memory) என்கிறோம்.

மனம் ஒரு அஷ்டாவதானி. அதாவது, ஒரே காலத்தில் பல வேலைகளைச் செய்யக்கூடியது. ஓர் எண்ணத்தில் இருக்கும் போதே இன்னொரு எண்ணத்தை விடாமல் பதிவுசெய்து வைத்து விடுகிறது. இதற்கு நினைவு என்று பெயர். என்ன செய்து கொண்டிருந்தாலும் அதன் நினைவுடனேயே அதற்கான சிந்தனையிலும் காரியத்திலும் ஈடுபடுகிறோம்.

நான் கோபித்தேன், அழுதேன், சிரித்தேன் என்று செய்த அனைத்தையும் கவனித்துப் பதிவு செய்து கொண்டிருப்பதால், பிற்காலத்தில் திரும்பி வரவழைத்து நினைத்துப் பார்க்க முடிகிறது. இந்தத் திறனைத்தான் 'நினைவாற்றல்' என்கிறோம்.

போதை, சுகம், துக்கம், தூக்கம், கனவு போன்ற பலவிதமான மனநிலைகளில் பயணப்பட்டிருந்தாலும், எல்லாம் அழிந்து விடாமல் பதிவில் இருக்கின்றன. வேண்டும்போது அவற்றை மீண்டும் நினைத்துப் பார்க்க முடிகிறது. இத்திறன் குறையும்போது அது 'மறதி'யாகிறது. ஒருமுறை மனத்தில் தோன்றிய எண்ணங்கள் அழிவதே இல்லை. நாம் கேட்டது, பேசியது, அனுபவித்தது எல்லாம் பதிவுகளாக அப்படியே இருக்கின்றன. அதனால்தான் வீட்டுப் பெரியவர், 'ஐம்பது வருஷம் ஆனாலும் அவன் சொன்ன சொல்லு இன்னும் என் காதுல ஒலிச்சுட்டே இருக்கு. நம்ம பரம்பரையே அவன் வீட்டு வாசல மிதிக்கக் கூடாது' என்று உதார் விட்டுக்கொண்டிருப்பதை இன்றும் பார்க்கிறோம்.

புத்தர் உள்பட பல ஞானிகள் தங்கள் முற்பிறப்பைக்கூட அறிந்து கூறியிருப்பதாக வரலாறுகள் கூறுகின்றன. கோடிக்கணக்கான

உணர்வுகளைச் சுமக்கும் அதிசய மனிதர்கள் நாம். வெளிப்பார்வைக்கு நல்ல அழகான திடகாத்திரமான உருவம். ஆனால், உள்ளே... நம் எண்ணங்கள் பெரும்பாலும் வெறும் குப்பை, கூளங்கள்தான்.

நம் மனம், அகங்காரத்தால் பல குப்பைகளைச் சேர்த்துக் கொண்டு நம் இயல்பான தன்மையை இழக்கச் செய்யும். உண்மையில் நாம் குழந்தை போன்று கள்ளம் கபடம் இல்லாதவர்கள். இந்தத் தன்மையை மீண்டும் பெற வேண்டும் என்றால், மனத்தைத் தூய்மையாக வைத்திருக்க வேண்டும்.

தேவையில்லாததை எண்ணி எண்ணி அசை போடுவதை விட்டுவிட்டு, மனத்தைக் காலியாக வைத்திருக்க முயற்சி செய்ய வேண்டும். மனத்தை வெற்றிடமாக வைத்தால், எண்ணங்கள் கடந்து தியான நிலையை அடையலாம்.

ஒரு ஜென் குரு. மிகவும் அமைதியானவர். தன் வழியில் ஜென் தத்துவங்களை மக்களுக்கு போதித்துக்கொண்டிருந்தார். அதனால், அவருக்கு அப்பகுதியில் பெயரும் புகழும் இருந்தது. அதனைப் பொறுக்காத அறிவாளி ஒருவன், மன்னரிடம், 'இவர் ஒரு ஏமாற்றுப் பேர்வழி என்று நிரூபித்துக் காட்டுகிறேன்' என்றான். அவரை வாதத்துக்கு அழைக்க அவரது குடிலுக்குச் சென்றான்.

ஜென் குருவும் அவனை அன்புடன் வரவேற்று, தேநீர் தயாரித்துக் கொடுக்க ஆரம்பித்தார். தேநீர் தயாரித்து முடித்து கோப்பைகளை வைத்து அதில் தேநீரை ஊற்றினார். கோப்பை நிரம்பியது. ஆனாலும், குரு தேநீரை ஊற்றிக்கொண்டே இருந்தார். ஒரு கட்டத்துக்கு மேல் வந்தவனால் பொறுக்க முடியவில்லை.

ஏன் நிரம்பிய கோப்பையிலேயே ஊற்றிக் கொண்டிருக்கிறீர்கள்? என்று கேட்க, 'ஐயா, நீங்களும் கோப்பையும் ஒன்றுதான். முதலில் உள்ளே உள்ளதை வெறுமையாக்குங்கள். அப்புறம் நிரப்பலாம்' என்றார் குரு.

ரமணரும் இதைத்தான் பிரதிபலிக்கிறார். 'நான்' என்ற 'வேர்' ஆகும் எண்ணத்தைப் பற்றியே மனம் செயல்படுகிறது. எண்ணங்களின் குவியலே மனம். அகந்தை (அகங்காரம்) எல்லா எண்ணங்களிலும் உள்ளது. தன்னைப் பற்றிய அறிவை விலக்கி விட்டு வெளியே உள்ளவற்றையே சிந்திக்கிறது என்கிறார்.

தூங்குவதற்கு முன்னும், தூக்கத்தில் இருந்து விடுபடும்போதும் நிர்மலமாக இருக்கும் மனம், விழித்தவுடன் 'நான்' என்ற

எண்ணமே நமக்கு முன் விழித்துக் கொள்கிறது. தண்ணீரில் கல்லை விட்டெறிந்தால் ஏற்படும் நீர் வட்டம்போல், அடுக்கடுக்காய் எண்ண அலைகளைப் பரப்பிக்கொண்டு சிந்திக்கத் தொடங்குகிறது நம் மனம்.

இவ்வாறு நிர்மலமாக, எண்ணங்கள் ஏதும் இல்லாத நிலையி லேயே தொடர்ந்து இருக்க முடியும் என்கிறார் ரமணர். அதைத்தான், தன்னைத்தானே உணர்ந்துகொள்ளுதல் (Self realisation) என்கிறார்கள் மகான்கள்.

நான் யார்? என்ற எண்ணம் எப்போது வருகிறதோ, அப்போது முதல் நம்மை அறிந்துகொள்ளத் தொடங்கும் படலம் ஆரம்ப மாகிறது. மனத்தை உள் முகமாகத் திருப்பி அழைத்து ஆழமாகக் கீழ் நோக்கிச் செல்ல முயற்சிக்கும்போது, உன்னை உண்மையாக அறிந்துகொள்ளலாம் என்கின்றனர், மகான்கள். ஆழத் தேடினால், 'நான்' என்ற அகந்தை ஓட்டம் பிடிக்கிறது. எஞ்சி நிற்பது ஆன்மா ஒன்றே.

மனமும் மூச்சும் இணைவது தியானம். இது இயல்பு நிலைக்கு அழைத்துச் செல்வது. தன்னைத்தானே உணர வைப்பது. இதைத்தான் புத்தர் முதல் ரமணர் வரை கண்டறிந்தனர். கண்டறியச் சொல்லி, கிட்டத்தட்ட எல்லா மதங்களுமே சொல்வது இதைத்தான். இந்தத் தன் நிலை அறிதலைத்தான் சக்தி, இறைவன் என்று ஒவ்வொருவரும் தனக்குப் பிடித்த கடவுளின் பெயரைச் சூட்டிக் கொண்டாடி வருகிறோம்.

பெரிய பெரிய மகான்கள் சொன்ன தியானத்தின் மகிமையை, பென்சில்வேனியா பல்கலைக்கழகம் இப்போது ஆய்வு செய்து பல அறிக்கைகளை வெளியிட்டுள்ளது.

அதில், தினமும் சிறிது நேரமாவது தியானம் செய்வதால் கவனம், நடத்தை, இலக்கை எளிதில் அடைதல், சூழ்நிலைக்குத் தக்கவாறு சுறுசுறுப்பாகச் செயல்படுதல், வேகம், துல்லியமான அறிவு ஆகியவை வியக்கத்தக்க வகையில் முன்னேற்றம் அடைவதைக் கண்டறிந்துள்ளனர்.

சுருங்கச் சொன்னால், சுமார் 30 நிமிடம் செய்யப்படும் தியானத்தால், மூளையின் செயல்பாடு முடுக்கிவிடப்பட்டு அதன் திறன் அதிகரிக்கச் செய்யப்படுகிறது. இதைத்தான் நொடிக்கு

நொடி வாழ் என்று சொல்கிறார்களோ?

5

மனமே நீ எங்கே ?

மனம் என்பது உணர்வு, எண்ணம் மற்றும் அறிவுத்திறன் ஆகிய மூன்றின் செயல்பாட்டின் கலவை என்பதுதான் அறிவியல் மற்றும் மருத்துவ வல்லுநர்கள் கருத்து. கருத்துதானே தவிர, அதுதான் உண்மை என்று அவர்களாலும் உறுதியாகச் சொல்ல முடியவில்லை.

இன்றுவரை, கண்ணாமூச்சி காட்டிக் கொண்டிருக்கும் மனத்துக்கு விளக்கம் அளிக்க, ஆன்மிக ரீதியாகவும், அறிவியல் ரீதியாகவும் எத்தனையோ அறிஞர்களும் ஞானிகளும் முயற்சித்துள்ளனர்.

தினம் தினம் எத்தனை, எத்தனையோ விளக் கங்கள் வந்துகொண்டுதான் இருக்கின்றன.

சரி. மனம் என்று சொல்கிறார்களே அப்படி அதில் என்னதான் இருக்கிறது? அது இல்லா விட்டால் என்ன ஆகும்? சற்று விளக்கமாகப் பார்க்கலாம்.

ஒரு மனிதனின் மனத்தில் நான்கு விதமான இயக்கங்கள் சரியாக நடைபெறவேண்டும். பத்து ஆண்டுகளுக்கு முன் பழகிய ஒருவரை திடீரென்று பார்க்க நேரும்போது, யார் இவர் என்று யோசிக்க ஆரம்பிப்போம். ஆழ்மனத்தில்

இருந்து தேடும்போது அவருடன் பழகிய சம்பவங்கள் ஞாபகத்துக்கு வரும். உடனே, அவர்தான் இவர் என்று உறுதி செய்துகொள்வோம்.

மேற்கூறிய சம்பவம் ஒரு சாதாரணமான ஒன்றுதான். இது சரியாக நடைபெற, மனத்தில் கீழ்க்கண்ட இயக்கங்கள் நடைபெற வேண்டும்.

1. நினைவு

நம் கடந்தகால நினைவுகள் யாவும் சேர்த்து வைக்கப்படும் 'ஸ்டோர் ரூம்' போல் செயல்படும் இடத்தை நினைவு அல்லது சித்தம் என்கிறோம். இதில்தான் நம் எண்ணங்கள் பதியத் தொடங்குகின்றன. அவை நல்லதோ, கெட்டதோ. தோன்று பவை எல்லாம் இங்கு பாதுகாக்கப்படுகின்றன. இதன் மொத்த உருவம்தான் ஒருவரது ஆளுமையைத் தீர்மானிக்கும். இதை ஆழ்மனம் என்றும் சொல்வார்கள்.

2. ஆழ்ந்து ஆராய்தல்

நம் முன்னால் வைக்கப்பட்டிருக்கும் பல விஷயங்களையும் ஆராய்ந்து முடிவெடுக்கும் தன்மை மனத்துக்கு உண்டு. கற்பனை செய்தல், ஒன்றை உருவாக்குதல் போன்றவை மனத்தின் செயல்களாகும்.

3. முடிவு எடுக்கும் திறன்

ஒரு பிரச்னைக்கு முடிவு எடுப்பதற்கோ, தீர்ப்பு சொல்வதற்கோ அடித்தளமாக இருப்பது 'புத்தி'. எது சரி, எது தவறு என்று தீர்மானிக்க புத்தியால் முடியும். எது உண்மை எது பொய், எதைச் செய்யலாம், எது கூடாது என்று புத்தியே அறிவுறுத்துகிறது. ஒருவரின் தன்னம்பிக்கைக்கு ஆதாரமாக இருப்பது புத்திதான்.

4. 'நான்' விழிப்புநிலை

ஒருவரது இயக்கத்தில் சாதாரணமாக, நான் சாப்பிடுகிறேன், நான் பார்க்கிறேன், நான் நினைக்கிறேன், நான் கேட்கிறேன் என்று குறிப்பிடுவது உண்டு. இப்படி ஒவ்வொருவரும் தன்னைத் தானே அடையாளம் கண்டுகொண்டிருக்கும் வரை பிரச்னை எதுவும் இல்லை. எப்போது ஒருவருக்கு 'நான்' என்பது மறந்துபோய், அதனால் நினைவிழப்பு, நடவடிக்கைக் கோளாறுகளில் சிக்கிக் கொள்கிறாரோ அப்போதுதான் பிரச்னைகள் ஆரம்பிக்கின்றன.

சுவாமி விவேகானந்தர், ஒருவருடைய ஆளுமையை ஐந்து வகை பரிமாணங்களாகப் பிரித்து விளக்குகிறார். அவை:

1. **உடல் பரிமாணம்** (Physical Dimension):

இதில், நம் உடலும் புலன் உறுப்புகளும் அடங்கும்.

2. **சக்திப் பரிமாணம்** (Energy Dimension):

உணவு ஜீரணித்தல், ரத்த ஓட்டம், மூச்சு சீராக வெளியிடப்படுதல் ஆகியவை இதில் அடங்கும்.

3. **மனப் பரிமாணம்:**

மனத்தின் எண்ணங்கள், உணர்வுகள் ஆகியவை இதில் அடங்கும்.

4. **அறிவுத் திறன் பரிமாணம்:**

ஒருவரின் நடவடிக்கையை தீர்மானிப்பதும் அவரது ஆளுமையை நிர்ணயிப்பதும் அறிவுத் திறன் ஆகும்.

5. **ஆனந்தப் பரிமாணம்:**

இது, ஆழ்ந்த தூக்கத்தில் உணரப்படும் ஆனந்த நிலையாகும்.

மேற்கூறிய ஒவ்வொரு பரிமாணமும் ஒழுங்காக இயங்கும்போது, அடுத்தடுத்த பரிமாணங்களின் ஒழுங்கான இயக்கத்துக்கு வழிவகுக்கிறது.

விவேகானந்தர் கூற்றுப்படி, மனம் என்பது எண்ணங்கள், உணர்வுகள் அவற்றின் விளைவான நடவடிக்கைகளின் கலவையே ஆகும்.

ஞாபக மறதி நோய் ஒருவருக்கு ஏற்படும்போது முதலில் அவரது ஆளுமையில் மாறுபாடு தோன்ற ஆரம்பிக்கிறது. நடவடிக்கை மாறுகிறது. நினைவுத் திறன் குறைய ஆரம்பிக்கிறது. இவ்வாறு மனத்தின் மூன்று கலவைகளும் பழுதுபட்டு ஆளுமை (Personality) மாறுபடுகிறது. அதனால், அவரது மனத்தின் சக்தியும் குறைகிறது. கடைசியாக உடல் இயக்கமும் குறைய ஆரம்பிக்கிறது. சுருக்கமாகச் சொன்னால் அறிவுத்திறன், மனசு, உடல் இயக்கம் எல்லாம் படிப்படியாகக் குறைந்துவிடுகின்றன. ஒருவருக்கு மனத்திறன் குறையும்போது இறுதியில் எண்ணங்களும் ரப்பரால் அழிக்கப்பட்ட பென்சில் எழுத்துப் போல் அழிந்து, அந்த நபர் ஒரு சுத்தமான வெள்ளைக் காகிதமாக மாறும் வாய்ப்பு உள்ளது.

அது எப்படி எண்ணங்கள் நம்மை ஆள்கின்றன? அது என்ன நம் கூடப் பிறந்ததா என்ன? அவற்றையும் பார்ப்போம்.

பிறந்த புத்தம்புதுக் குழந்தையின் மனம் ஒரு தூய வெள்ளைத் தாளாகத்தான் இருக்கும். ஒவ்வொருவரின் வாழ்க்கையும் சுத்தமான காகிதமாக ஆரம்பிக்கிறது. வாழ்க்கையில் சந்திப்பவர்களும், கடந்து செல்பவர்களும் தங்கள் பதிவுகளை அதில் விட்டுச் செல்கிறார்கள். அவைதான் நிரந்தரமாக ஒட்டிக்கொண்டு நம்மை ஆட்டுவிக்கின்றன. ஞாபக மறதி நோய் ஏற்படும்போது இவை அழியத் தொடங்குகின்றன. திரும்பவும் பழைய நிலைக்கேக்ளீன் ஷீட்டாக மாற ஆரம்பிக்கிறது. அவரது நினைவை அவர்கள் அறிவதில்லை அல்லது வெளிப்படுத்துவதில்லை.

சாதாரணமாக ஒரு பொருளை எடுக்க நினைத்தாலே மூளையில் எட்டு இடங்கள் தூண்டப்படுவதாக அறிவியல் சொல்கிறது.

நம் நினைவிலிருந்து விழிப்புநிலை வந்து அதை வெளிப்படுத்தினால்தான் அவர் சாதாரணமாக இயங்க முடியும். நினைவே அழிந்துவிட்ட நிலையில் இது எப்படி நடக்க முடியும்?

ஒரு பொருளைப் பார்க்கிறோம். அது நம் மனத்துக்குப் பிடித்திருந்தால் அது பிம்பமாக படிந்துவிடுகிறது. அந்த பிம்பமும் அதனைப் பற்றிய எண்ணமும் கூடியவுடன் ஆசையை உருவாக்கிவிடுகிறது என்கிறார் ஜே.கே. என்று அழைக்கப்படும் ஜே. கிருஷ்ணமூர்த்தி. நினைவாற்றலில் ஞாபக சக்தி மட்டுமல்ல. இதுபோன்ற விருப்பம், அதனைப் பற்றிய சிந்தனை என்று நீண்டுகொண்டே போகும்.

பார்ப்பவற்றில் இருந்து மட்டும் எண்ணங்கள் உருவாகி நம்மை ஆக்கிரமிக்கின்றன என்பது தவறு. நினைப்பே சிலரை ஆக்கிரமித்துவிடும். அதற்கு மிகச் சிறந்த உதாரணம், ஸூடோ கர்ப்பம் (Pseudo Pregnancy) என்று சொல்லப்படும் 'பொய்க் கர்ப்பம்'. பிள்ளைப் பேறு அடையாத ஒரு பெண், பிள்ளை பெற்ற இன்னொரு பெண்ணைப் பார்த்து ஏக்கமடையும்போது, திடீரெனத் தானும் கர்ப்பமடைந்திருப்பதாக எண்ண ஆரம்பிக்கிறாள். இது மட்டுமல்ல. அவள் எண்ணம் வலுக்க வலுக்க ஒரு கர்ப்பிணிக்கு இயற்கையாக ஏற்படும் மாற்றங்கள் போல் அவள் உடலிலும் ஏற்படத் தொடங்குகின்றன. ஆம். நினைத்துக் கொண்டவளின் உடலில் ஹார்மோன் மாற்றங்கள் ஏற்படத் தொடங்குகிறது. மார்பகக் காம்புகள் விரிவடை கின்றன. வயிறும் பெருக்க ஆரம்பிக்கிறது. வயிற்றுக்கு உள்ளே

குழந்தை வளர்ந்துவருவதாக அவளும் பிறரும் எண்ணிக் கொண்டிருப்பார்கள். ஆனால், அது நீராகவும் சில சமயம் கட்டியாகவும்தான் இருக்க வாய்ப்பு உண்டு.

இவ்வாறு, மனத்தின் ஆசையே (எண்ணமே) கிட்டத்தட்ட உண்மை நிலையைத் தோற்றுவித்து கடைசியில் கானல் நீராகப் போவதுண்டு. வெறும் எண்ணங்களால் உடலில் இத்தகைய மாற்றங்கள் ஏற்படுகிறது என்றால், எண்ணங்கள் நம்மை ஆள்கின்றன என்றுதானே அர்த்தம். உடல் என்ற மாணவன், மனம் எனும் ஆசிரியர் சொல்படியெல்லாம் நடக்கிறான் என்றுதானே பொருள்.

பெரியவர்களிடம் ஆசி பெறும்போது, 'எண்ணம்போல் வாழ்க' என்று வாழ்த்துவது உண்டு. நல்ல எண்ணங்கள் இருந்தால், நம் மனமும் அதன் வழி சென்று நல்ல செயலில் முடியும் என்பதே அதன் பொருள்.

உடலின் ஒவ்வொரு செல்லுக்கும் மனசு உண்டு என்று சில வல்லுநர்கள் கூறுகிறார்கள். வாழ்க்கை என்றால் என்ன? என்ற கேள்விக்கு எப்படி விளக்கம் கொடுக்க முடியாதோ, அதுபோல், மனசு என்றால் என்ன? என்ற கேள்விக்கும் இதுதான் என்று சொல்லக்கூடிய பதில் இன்றுவரை இல்லை.

நினைவுகளின் வலைப் பின்னலே மனம். அதில் தோன்றும் முதல் எண்ணம் 'நான்' என்பதே ஆகும். ஒரு குழந்தையின் நடவடிக்கையைக் கூர்ந்து கவனித்தால், ஓர் உண்மை தெரியும். பேச ஆரம்பிக்கும்போது மழலையில் தன் பெயரைச் சொல்லி உதாரணத்துக்கு, அஜய்க்கு சாக்லேட் வேணும், அஜய்க்கு பொம்மை வேணும் என்று கேட்டுக் கொண்டிருக்கும். ஒன்றரை வயதில் எனக்கு என்று கேட்க ஆரம்பித்துவிடும். நான், எனது என்று தெரியத் தொடங்குவது அப்போதுதான்.

மனது என்பதை, மூளையின் ஒரு இயக்கம் என்று எடுத்துக் கொள்ளும்போது, அங்கே மிக முக்கியத்துவம் வாய்ந்த நிகழ்வு ஒன்று நடைபெறுவதாக மிகப்பெரிய வல்லுநர் ஒருவர் கூறுகிறார். அதாவது, ஒவ்வோர் ஆண்டும் நம் உடலில் உள்ள அனைத்து நியூரான்களும் (மின் கடத்திகளும்) தனது பொட்டாசியம், குளோரைடு போன்ற ரசாயனப் பொருள்களைப் புதுப்பித்துக்கொள்கிறதாம். அதனால், நாம் ஒவ்வோர் ஆண்டும் புதிதாகப் பிறக்கிறோம் என்றுகூட சொல்லிக்கொள்ளலாம்.

சரி. இந்த எண்ணங்கள் எப்படி தோன்றுகின்றன? இரண்டு விதமான எண்ணங்கள்தான் மனத்தில் தோன்றுகிறது என்று சொல்கிறார்கள். ஒன்று பிரவாகமாக வருவது (Spontaneous). மற்றொன்று உருவாக்கப்படுவது (Creative Thought). இதற்குத் தான் சிந்தித்துச் செயல்பட வேண்டும். சரி, முதலாவது எப்படி வருகிறது? அதுதான் பூர்வஜென்ம வாசனை என்கின்றனர். இது, விஞ்ஞானபூர்வமாக அறுதியிட்டுக் கூறப்படவில்லை.

ஆக, மனம் என்றால் என்ன என்ற கேள்விக்கான பதிலை இன்னும் தேடிக்கொண்டுதான் இருக்கிறோம்.

மனம் என்னும் மாயக் கண்ணாடி

'ஏய், நீ உன் மனசுல என்ன நினைச்சுட்டு இருக்க?' - இது சாதாரணமாக எல்லோராலும் கேட்கப்படும் ஒரு கேள்வி. அதேபோல், ஒருவர், தன் நெஞ்சில் கை வைத்துக்கொண்டு, 'எனக்கு மனசே கேக்கல' என்று கூறுவதும் இயல்பு.

சரி. இந்த மனசு நம் உடலில் எங்கே இருக்கிறது. முதலில் மனசுன்னு ஒண்ணு இருக்கா? இவர்கள் சொல்வதுபோல் மனசு என்பது நெஞ்சோடு (இதயம்) சம்பந்தப்பட்டதா? அதற்கு உருவம் உண்டா? - இதுபோன்ற பல்வேறு கேள்விகளும் சந்தேகங்களும் இன்று நேற்றல்ல, மனிதன் தோன்றிய காலம் முதலே எல்லோர் மனத்திலும் நிறைந்துள்ளன.மனம் என்பதற்கு அறிவியல் மற்றும் மருத்துவ வல்லுநர்கள் என்ன சொல்கிறார்கள். பார்க்கலாம்.

மனம் என்பது சிந்தனை, உணர்ச்சி மற்றும் கற்பனை போன்ற எண்ணங்களால் வெளிப்படும் அறிவு (Intellect) மற்றும் உணர்வு நிலைகளின் (Consciousness) தொகுப்பு. சுருங்கச் சொன்னால், மனம் என்பது உணர்வு, எண்ணம் மற்றும் அறிவுத்திறன் ஆகிய மூன்றின் செயல்பாட்டின் கலவையாக இருக்கலாம் என்கிறார்கள் அவர்கள்.

மனம், கனவு காணும். பாதி நேரம் கனவில்தான் வாழும். மனத்தை லேசாக வைத்துக்கொள்ள வேண்டும். தேவையில்லாத மனச்சுமை, நம் நிம்மதியை இழக்கச் செய்துவிடும். மனம், புத்தி, உடல் மூன்றும் ஒன்றோடு ஒன்று தொடர்புடையவை. கணக்குப் போடுவது புத்தி. கனவு காண்பது மனம். மனம் ஜடம்தான். எண்ணங்களைத் தவிர்த்துவிட்டால் மனம் என்ற ஒன்று தனியாக இருப்பதில்லை. மனம் ஏதாவது ஒரு விஷயத்தைப் பிடித்துக் கொண்டிருக்குமே தவிர, தனியாக நிற்காது.

உதாரணமாக, ஒரு சிலந்தியை நம் மனம் என்று வைத்துக் கொண்டால், அதன் வலைதான் (இழைகள்) நம் எண்ணங்கள். வலை இல்லாமல் எப்படி சிலந்தி இல்லையோ அல்லது இருக்க முடியாதோ அப்படித்தான் எண்ணங்கள் இல்லாமல் மனம் கிடையாது. இருக்கவும் முடியாது.

சிலந்தி உயிரோடு இருக்கும்வரை அதன் வலையும் இருக்கும். அதுபோல், நாம் (மனம்) இருக்கும்வரை எண்ணங்களும், நினைவுகளும் முற்றிலுமாக நம்மைவிட்டு அழிந்துவிடுவதில்லை.

மனத்துக்கு உடலுக்கும் சம்பந்தம் உண்டு. மனம் ஒருமுகப் பட்ட ஒருவரால், ஆடாமல் அசையாமல் ஒரே நிலையில் பல மணி நேரம் உட்கார முடியும். மனத்தின் மற்றொரு செயல் பாடுதான் புத்தி. நாம் இந்த மனத்தை எங்கிருந்து பெற்றோம்?

பிறந்ததில் இருந்து, நம் சுற்றுப்புறம் நம் மீது வீசி எறிந்த கருத்துகள், நாம் படித்தது, கேட்டது, பார்த்தது, நமக்குக் கிடைத்த அனுபவங்கள், சமூகத்தால் சுமத்தப்பட்ட எண்ணங்கள் எல்லாம் சேர்ந்த குப்பைத் தொட்டிதான் மனம். தேவையில்லா விஷயங்களை சுமந்து திரிவதா அல்லது தூக்கி எறிந்துவிட்டு நிம்மதியாக இருப்பதா? - அது நம் கையில்தான் இருக்கிறது.

மனம்தான் சொர்க்கத்தின் திறவுகோல், அதுதான் அனுபவங் களின் ஆசான். நமக்குள் எண்ணங்கள் ஏதும் இல்லாமல் வெறுமை யாக இருந்தால், காலத்தைக் கடந்துவிடலாம். காலத்தைக் கடந்தவன் மனத்தை வெல்கிறான். ஆனால், சதாசர்வகாலமும் மனம் எதையாவது யோசித்துக்கொண்டே இருக்கும். தறிகெட்டு ஓடிக்கொண்டிருக்கும்.

உடல், மனம் இரண்டும் ஆன்மாவின் கருவிகள். நம் மனத்துக்கு ஓய்வு தேவை. உடலின் ஓய்வு தூக்கம். ஆனால், மனம் அப்போதும் தொடர்ந்து செயல்படுகிறது. அதுவே கனவு. ஆழ்ந்த நிலையில் ஓய்வு எடுக்கும். அது ஆழ்ந்த தூக்கம். அப்போதும், நம்மில் யாரோ ஒருவர் விழித்திருந்து நாம் ஆழ்ந்து தூங்குவதைக் கவனிக்கிறார். அதைவிட, விழித்ததும் 'நல்லா தூங்கினேன்' என்று சொல்கிறோம். ஆழ்ந்த தூக்கத்தில், கனவில், விழிப்பு நிலையில் சரி, ஒருவர் விழித்திருப்பதால்தான் அனைத்தையும் நாம் உணர முடிகிறது. அந்த ஒருவரே ஆன்மா. மனமும் ஆன்மாவும் நெருக்கமான தொடர்புடையவை.

நீர் ஓடும்போது திரவம். பனியாகும்போது திடம். ஆவியாகும் போது நீராவி. நிலைகள்தான் வேறு. ஆனால், தன்மை ஒன்றுதான். அதுபோல், மனிதனுக்கு மனம் ஒன்றுதான். மனம் ஏன் தெளிவில்லாமல் இருக்கிறது? கோபம், படபடப்பு, வருத்தம், மகிழ்ச்சி போன்ற உணர்ச்சிகள் அதை பிடித்துக் கொள்வ தால்தான். முறையான யோகம் மற்றும் தியானம், நம் சக்தியை சிந்தாமல் சிதறாமல் உள்ளே முழு அமைதியுடனும் வெளியே சுறுசுறுப்பாகவும் இருக்கச் செய்யும்.

அடுத்து வரவிருக்கும் அத்தியாயங்களில், மனத்தில் ஏற்படும் பிரச்னைகளை அறிவியல்பூர்வமாக அறிந்துகொள்ளலாம்.

6

புலன்கள், ஐந்துக்கும் மேலா?

நம் எல்லோருக்கும் கை, வாய், கண், செவி, மூக்கு என்ற ஐந்து புலனுறுப்புகள் உள்ளன என்பது தெரியும். மேலும், இவை ஐம்புலன்கள் என்று அழைக்கப்படுவதும் தெரியும். தற்போதைய கண்டுபிடிப்புகளின் படி, புலனுறுப்புகள் பற்றி நிபுணர்களின் கருத்து என்ன தெரியுமா? முப்பதுக்கும் மேற்பட்ட புலனுறுப்புகள் இருக்கின்றன என்று சொல்கிறார்கள். அவர்கள் கொடுக்கும் பட்டியல் இதோ.

1. மூக்கின் வழியே பல்வேறு வாசனைகளை மட்டுமின்றி ஒருவரின் நோக்கம், அவரது பகைமை உணர்வு, காம உணர்வு மற்றும் ஈகை உணர்வு போன்றவற்றைத் தெரிந்து கொள்ளலாம்.

2. காது மற்றும் அதைச் சார்ந்த பகுதி வழியே சுற்றுப்புறத்தில் ஏற்படும் அழுத்தத்தை அறிய முடிகிறது. மேலும், அழுத்தத் துக்கும் மின்காந்த அலைகளுக்கும் உள்ள வித்தியாசத்தையும் கண்டுபிடித்து விடலாம்.

3. நம் உடலுக்கு எந்த வானிலை ஏற்புடையது, எது வேண்டாதது

என்பதைப் பல மைல் தூரம் தள்ளியிருந்தாலும் வியக்கத்தக்க வகையில் நம் தோல் கண்டுபிடித்துவிடும். மேலும், நாம் தூங்கிக் கொண்டிருக்கும்போதுகூட நம்மைச் சுற்றி நடக்கும் அசைவுகளையும் அது உணர்த்தக்கூடியது.

4. நம் உடல் முழுவதும் பரவியுள்ள புலனுறுப்புகளின் மூலம் நீர்மத்தின் அளவையும், அசைவையும் அறிய முடியும். கண்ணால் பார்த்துத்தான் தெரிந்துகொள்ள வேண்டும் என்ற அவசியமில்லை. உதாரணத்துக்கு, ஒருவரை கண்ணைக் கட்டி ஆற்றில் இறக்கிவிட்டால், உடலின் எந்தப் பகுதிவரை நீரின் ஆழம் இருக்கிறது என்பதை அவரால் அறிய முடியும்.

5. தோலின் வழியே பிற உயிரினங்களின் மனத்தை அறியலாம்.

6. உள்ளுணர்வின் வழியே சத்தத்தின் தொனி, தூரத்தில் நிலவும் வெப்பம் பற்றிய அறிவு, அதிர்வலைகள் போன்றவற்றை உணரலாம்.

மேலும், அணுத் துகள்களைச் சார்ந்த அறிவையும் பெறமுடியும். அணுவை உள்நோக்கும் எலக்ட்ரான் மைக்ராஸ்கோப் என்ற நுண்ணோக்கிக் கருவி கண்டுபிடிக்கப்படுவதற்கு 30 ஆண்டுகளுக்கு முன்பே, C.W. லீட்பீட்டர் என்ற விஞ்ஞானி, அணுக்களைப் பற்றி விவரித்திருக்கிறார். அதற்கும் பல ஆண்டுகளுக்கு முன்பே நம் நாட்டைச் சேர்ந்த ஞானிகள், அணுக்கள் பற்றி குறிப்புகளை எழுதி வைத்துள்ளனர்.

7. புலனுணர்வு மூலம் புவி ஈர்ப்பு விசையை அறிய முடியும்.

8. மின்காந்த அலைகள், ரசாயன, இயக்க ஆற்றல்களால் திடீரென மனம் தூண்டப்படும்.

9. நரம்புகளின் வழியே, உடல் அசைவின் மூலம் ஒருவர் தெரிவிக்கும் செய்தியை உணரவும், புரிந்துகொள்ளவும் முடிகிறது.

10. தவறான நோக்கத்துடன் வரும் ஒருவரைக் கண்டவுடன் புலனுறுப்புகளால் அலாரம் அடிக்கச்செய்ய முடியும்.

11. மொழியற்ற எண்ண அலைகளைப் பதிவு செய்துகொள்ள முடியும்.

12. சூரிய, சந்திர இயக்கங்களை முன்கூட்டியே அறிய முடிகிறது.

13. சூரிய, சந்திரனில் தெளிவின்மை, பௌர்ணமி நாளில் கடலில் ஏற்படும் சீற்றம், நில அதிர்வு, நிலநடுக்கம் ஆகியவற்றை உள்ளுணர்வின் மூலம் அறிய முடியும். இவற்றை, மனிதன் மட்டுமின்றி பசு, நாய், பூனை, பாம்பு போன்ற உயிரினங்கள் எளிதில் உணரும்.

14. கண்ணுக்குப் புலப்படாத அலைகளின் இயக்கங்களை உணர முடியும்.

15. காந்தப் பகுதியை உணர முடிகிறது.

16. சிவப்பணுக் கதிர்களை உணர முடிகிறது.

17. மின் சக்தியை உணர முடிகிறது.

இப்படி, எத்தனையோ சொல்லிக்கொண்டே போகலாம் என்கின்றனர் விஞ்ஞானிகள்.

மொத்தத்தில், புலன்களை ஐந்து என்று சுருக்கிவிடாமல், உடல் முழுக்க புலனுறுப்புகள் இருப்பதாகக் கூறுகின்றனர். அது அவ்வப்போது சமிக்ஞைகள் மூலம் மனத்துக்கு உணர்த்திக் கொண்டே இருப்பதால்தான் பாலுணர்வு, பயம், அன்பு, காதல், புகழ், அபாயம், பிறரின் வலி, பிறரின் நோக்கம் முதலான பல்வேறு உணர்ச்சிகளை நாம் புரிந்துகொள்கிறோம்.

இன்னும் புலன்களைப் பற்றிய ஆராய்ச்சி தொடர்ந்து கொண்டேதான் இருக்கிறது.

7

நினைவாற்றல் வகைகள்

நினைவாற்றல் என்பது ஓர் அற்புதமான திறனாகும். புலன்களின் மூலமாகப் பெறப்படும் செய்திகள் நம் மூளைக்குச் சென்றடையும்போது, அவை தாற்காலிகமான நினைவுகளாகச் சேமித்து வைக்கப் படுகின்றன. இதைத்தான் 'புலன் உணர்வு நினைவு' (Sensory Memory) என்கிறோம். இவற்றில் சில நமக்குப் பிடிக்கும். சில பிடிக்காது. உதாரணத்துக்கு, காதலி கொடுத்த முத்தம் ஒருவருக்குப் பிடித்த நினைவாக சேமித்து வைக்கப்படும். அவள் கன்னத்தில் கொடுத்த அறை பிடிக்காத நினைவாக இருக்கும்.

இவற்றில், எதை நாம் அவ்வப்போது நினைத்துப் பார்க்கிறோமோ அவை குறுகிய கால நினைவாக இருக்கிறது (Short Term Memory). எவற்றை, அடிக்கடி அசை போடத் தொடங்குகிறோமோ, அவை நீண்டகால நினைவாக (Long Term Memory) மாறுகின்றன. இந்த நீண்டகால நினைவுகளும்கூட, அதிகம் உபயோகப்படுத்தப்படாமல் இருக்கும்போது அவை கொஞ்சம் கொஞ்சமாக அழிந்து, மறதிக்கு வழிவகுத்துவிடும்.

நம் வாழ்வில் தினப்படி நடக்கும் பல்வேறு விஷயங்களைக் கடந்தகாலம், நிகழ்காலம், எதிர்காலம் என்று ஒரு வரையறைக்குள் உட்படுத்தியிருக்கிறோம். யார், எப்போது, எதற்கு இப்படி வரையறுத்தது? அதற்கு முன் நினைவாற்றலின் வகைகளைப் பார்த்துவிடலாம்.

நினைவாற்றலின் வகைகள்

1. மீட்டுக் கொணர் நினைவாற்றல்

நினைவில் பதிந்த பல்வேறு செய்திகளை நமக்குத் தேவைப் படும்போது மீண்டும் நினைவுபடுத்தும் ஆற்றல்.

2. தானியங்கி நினைவாற்றல்

அதிவேகமாக நினைத்துச் செயல்படுத்தும் ஆற்றலை இவ்வகையில் சேர்க்கலாம். உதாரணத்துக்கு, ஒரு அரசியல்வாதி மேடையில் பேச ஆரம்பித்தாரென்றால், பிரவாகமாக வெளிவரும் பேச்சு.

3. அனுபவம் சார் நினைவாற்றல்

நம் வாழ்வில் நடக்கும் நிகழ்ச்சிகளைத் தேவைப்படும்போது இழுத்து வைத்து அசைபோடுதல். உதாரணமாக, தாத்தாவோ பாட்டியோ பேரக் குழந்தைகளிடம், 'அந்த காலத்துல நாங்க...' என ஆரம்பித்துக் கூறும் அனுபவங்கள்.

4. முறைப்படுத்தல் நினைவாற்றல்

படிப்படியாக ஒரு செயலைச் செய்வதற்கு உதவும் நினை வாற்றல். உதாரணத்துக்கு, ஒரு பெரிய கோலத்தை ஒரு புள்ளியிலிருந்து ஆரம்பித்து முடித்தல்.

5. இயக்க நினைவாற்றல்

ஒரு செயலைச் செய்ய எவ்வாறு நம் உடல் உறுப்புகளைப் (தசைகளை) பயன்படுத்துகிறோம் என்பது இவ்வகை நினைவாற்றல். உதாரணத்துக்கு, கார் ஓட்டுதல்.

6. அறிவுசார் நினைவாற்றல்

கற்றுக்கொள்ளும் அறிவுசார் செய்திகளை நினைவில் நிறுத்தி, தேவைப்படும்போது உபயோகப்படுத்துதல். உதாரணத்துக்கு, வானவில்லின் நிறங்கள் ஏழு என்று சிறு வயதில் படித்ததைப் பல ஆண்டுகளுக்குப் பிறகும் நினைவுபடுத்திக் கூறுவது.

7. செயல் நினைவாற்றல்

ஒரு செயலைச் செய்யும்போது அதற்குத் தேவையான, அதோடு செய்ய வேண்டியவற்றை நினைவில் வைத்து அச்செயலைச் செய்து முடித்தல். உதாரணத்துக்கு, குடும்பத் தலைவி காய்கறி மார்க்கெட் போகும் வழியிலேயே பேங்க் வேலையையும் முடித்தல்.

8. பார்வை சார் நினைவாற்றல்

பார்ப்பவற்றை நினைவில் வைத்துக்கொள்ளுதல். உதாரணத் துக்கு, வியாழக்கிழமை ஒளிபரப்பாகும் டிவி சீரியலில் ஹீரோ இவர்தான் என்று ஒருங்கிணைத்துக் கூறுதல்.

9. கேள்விசார் நினைவாற்றல்

கேட்டவற்றை நினைவில் தக்கவைத்துக்கொள்ளுதல். உதாரணத்துக்கு, ஒரு புது இடத்துக்கு நண்பர் சொன்ன அடையாளத்தை மனத்தில் வைத்துச் சென்றடைதல்.

10. தொடர் நினைவாற்றல்

பார்த்த, படித்த, கேட்டவற்றை வரிசைப்படுத்தி நினைவில் கொள்ளுதல். உதாரணத்துக்கு, ஒரு சினிமாவைப் பார்த்துவிட்டு வந்து காட்சி மாறாமல் நண்பர்களுக்குச் சொல்லுதல்.

11. கண்டுணர் நினைவாற்றல்

எது சரியானது என்று கண்டுபிடிக்கும் திறன். உதாரணத்துக்கு, கொடுக்கப்பட்ட விடைகளில் இருந்து சரியான விடையைத் தேர்ந்தெடுத்து எழுதுதல்.

12. நிழற்பட நினைவாற்றல்

பார்த்தவற்றை அப்படியே நினைவில் நிறுத்திக்கொள்ளுதல். என்றோ பார்த்த ஒரு போட்டோவை நினைவில் வைத்து, அதனை வேறு ஓர் இடத்தில் பார்த்தாலும் அடையாளம் காணுதல்.

13. குறியீட்டு நினைவாற்றல்

குறியீடுகளைப் பார்த்து அவற்றை நினைவில் கொள்ளுதல். உதாரணத்துக்கு, உலகின் பல்வேறு நாடுகளின் தேசியக் கொடியின் குறியீடுகளை வைத்து இனங்காணுதல்.

14. பொருளடக்கம் சார் நினைவாற்றல்

படிக்கும் செய்திகள், பார்க்கும் படங்கள், போட்டுப் பயின்ற கணக்குகள் ஆகியவற்றை நினைவில் வைத்துக் கொள்ளுதல்.

இப்படி பலவகைப்பட்ட நினைவாற்றல்கள், மூளையில் எப்படி இருக்க வேண்டும்? பார்க்கலாம் வாருங்கள்.

நினைத்தல், நிச்சயித்தல் இரண்டும் மனத்தின் கண்கள் போன்றவை. இந்த நினைவில்,

1.   தொடர்ச்சி இருக்க வேண்டும்.

2.   பகுத்துணர வேண்டும்.

3.   ஐம்புலன்களை ஒருங்கிணைக்க வேண்டும்.

4.   பிரதிபலிக்க வேண்டும்.

5.   தன்னிச்சையாகச் செயல்பட வேண்டும்.

இவ்வாறு மேற்கூறிய படிகள் அனைத்தும் முறையாக நடந்தால் மட்டுமே எண்ணம் உணரப்படும்.

உதாரணத்துக்கு, ஒரு ஹோட்டலுக்குச் செல்கிறோம். ஆர்டர் செய்துவிட்டு, நல்ல பசியுடன் காத்திருக்கிறோம். நமக்கு முன்னே ஆர்டர் செய்தவருக்கு சர்வர் பதார்த்தங்களைக் கொண்டு சென்று கொண்டிருப்பார்.

அவர் நம்மைக் கடந்து செல்லும்போது, நமக்கும் அடுத்து கொண்டு வருவார் என்று நினைத்துக்கொள்வோம். கண்ணில் படும் பதார்த்தங்களின் வாசனையை முகர்வோம். நாவில் நீர் ஊறும். சுவைத்துணரக் காத்திருப்போம். உணவு வந்தபின் ருசித்து, வேண்டுமானால் அடுத்து ஆர்டர் செய்வோம். முடிவில் கிளம்பும்போது, அவருக்கு டிப்ஸ் வைப்போம். இங்கு தன்னிச்சையாக நமக்குத் தோன்றியதைச் செய்வோம்.

ஒரு ஹோட்டலுக்குச் சென்று ஆர்டர் செய்து சாப்பிடுவது என்பது மிகச் சாதாரணமான விஷயம்தான். இது இயல்பாக நடைபெற என்னென்ன நடக்க வேண்டும் பார்த்தீர்களா?

இப்படித்தான், நம்முடைய ஒவ்வோர் எண்ணங்களுக்கும் விளைவான அதன் செயல்களுக்கும், மூளையில் பல்வேறு மாற்றங்களும் நடவடிக்கைகளும் நடைபெறுகின்றன. சரி. இத்தனையும் நடைபெறக்கூடிய மூளை எல்லோருக்கும் ஒன்று போல்தான் இருக்குமா? இம்மாதிரி எண்ணங்கள் மனிதனுக்கு மட்டும்தானா? என்று கேட்டால், ஆம் என்பதுதான் பதில். இந்த உலகில் உள்ள அனைத்து ஜீவராசிகளுக்கும் எண்ணங்கள் உண்டு. மனிதனைத் தவிர மற்றவற்றுக்கு உணர்ச்சிகளே எண்ணம். எடுத்துக்காட்டு - தொட்டால் சுருங்கி இலைகள்.

8

நினைவாற்றல்:
ஆண்களும் பெண்களும் – ஒரு பார்வை

ஆண்களுக்கு 'தலைக்கணம்' அதிகம்தான்

எல்லாப் பணிகளையும் இடைவிடாமல் தொடர்ந்து செய்ய மூளைக்கு ஏராளமான ஆக்கத்திறன் தேவை. உடல் பயன்படுத்தும் மொத்த ஆக்ஸிஜனில் 20 சதவீதத்தை மூளை பயன்படுத்திக் கொள்கிறது.

புத்தம் புதிதாகப் பிறந்த ஓர் ஆண் குழந்தையின் மூளையின் எடை அப்போது பிறந்த ஒரு பெண் குழந்தையின் எடையைவிட சற்று அதிகமாகவும், அளவிலும் பெரியதாகவும் இருக்குமாம்.

தலையின் சுற்றளவும், பெண் குழந்தையின் தலையின் சுற்றளவைவிட 2 சதவீதம் அதிகமாக இருக்கும். பெண் குழந்தையின் மூளையைவிட ஆண் குழந்தையின் மூளை 12-20 சதவீதம் பெரியதாக இருக்கும்.

அளவில் வித்தியாசம் இருக்கும் நிலையில், ஆணும் பெண்ணும் வளர வளர, மூளையின் செயல்பாட்டில், திறனில் வித்தியாசம் இருக்குமா என்றால், நிச்சயம் இருக்கும் என்பதுதான் பதில்.

மூளையை லத்தீன் மொழியில் 'செரிபிரம்' என்பர். மனிதனின் உடல் எடையில் 50-ல் ஒரு பங்கு எடை கொண்டது மூளை. வயது வந்த ஓர் ஆணின் மூளை 1360 கிராமும், பெண்ணின் மூளை 1230 கிராமும் எடை கொண்டது. பொதுவாக, ஆண் மூளை, பெண் மூளையை விட 11-12 சதவீதம் அதிக எடை கொண்டது. எல்லா ஆண்களுடைய மூளையும் ஒன்றுபோலவேதான் இயங்கும். அவர்களுடைய மூளையில் எத்தனையோவிதமான எண்ணங்கள், சிந்தனைகள் தோன்றினாலும், கடைசியில் இரண்டுவிதமான உணர்வுகளில் முடிகிறது. ஒன்று பயம், இன்னொன்று இன்பம். இத்தகைய அமைப்பில்தான் ஆண் மூளை உள்ளது.

ஜாதி, மத, அந்தஸ்து வேறுபாடின்றி அனைத்து ஆண் மூளை களின் இயக்கமும் இன்பம், பயம் என்ற இந்த இரண்டைச் சார்ந்தே உள்ளது. அதாவது சம்பாதிப்பது, இனச் சேர்க்கை, பணம், பட்டம், பதவி இவற்றை அடைந்து அதில் ஏற்படக் கூடிய சந்தோஷத்தை நோக்கி இயங்குதல், அடுத்ததாக ஈட்டிய அத்தனை சுகபோகங்களையும் இழந்துவிடுவோமோ என்ற பயத்தை நோக்கி இயங்குதல்.

எடையில் பெண்ணின் மூளையைவிட ஆணின் மூளை பெரியது என்றால், பெண்களைவிட ஆண்கள் புத்திசாலியாக இருப்பார்களோ?

பெண்களின் சீக்ரெட் ஆஃப் சக்ஸஸ்

அன்று பள்ளியில் இருந்து வீட்டுக்குப் போகவே சித்தார்த்துக்குப் பிடிக்கவே இல்லை. வீட்டில் என்ன நடக்குமோ என்ற பயம். அதுக்குக் காரணம், அன்றுதான் அரையாண்டுத் தேர்வு முடிவுகள் வெளியாகிருந்தன. பத்தாவது படிக்கும் சித்தார்த், மிகவும் குறைவாக மார்க் வாங்கியிருந்தான்.

அதே நேரத்தில், அன்றைய தினமே 8-ம் வகுப்பில் படிக்கும் அவனுடைய தங்கை சுமதிக்கும் மதிப்பெண் பட்டியல் கொடுத் திருந்தார்கள். அவள்தான் வகுப்பிலேயே முதல் மதிப்பெண். இதைக்கேட்டதும், சித்தார்த்துக்கு இன்னும் பயம் அதிகமாகி விட்டது.

இவன் நினைத்தது போலவே, வீட்டில் அப்பாவும் அம்மாவும் அவனை திட்டித் தீர்த்துவிட்டார்கள். சுமதிக்கு நாங்க சொல்லிக் கொடுக்கறதே இல்லை. அவளே படிச்சு எப்படி மார்க் எடுத்திருக்கா பாரு. நீயும் இருக்கியே. நானும் அம்மாவும் ஆபீஸ்ல

இருந்து வந்து உனக்குப் பாடம் சொல்லிக்கொடுக்குறோம். ஸ்பெஷல் டியூஷன் வேற போற. அப்படி இருந்தும் இப்படி மார்க் வாங்கியிருக்கியே. நீயெல்லாம் எப்படிப் படிச்சி பாஸ் பண்ணப்போறியோ தெரியல. இந்த லட்சணத்துல, ஸ்டேட் ரேங்க் வாங்கிக் காட்டறேன்னு சவால் வேற என்று அப்பா திட்டுவதைத் தலை குனிந்து கேட்டுக்கொண்டிருந்தான் சித்தார்த்.

இதுபோன்ற சம்பவங்கள் வீட்டுக்கு வீடு நடப்பது உண்டு.

ஒவ்வோர் ஆண்டும், பத்தாம் வகுப்பு மற்றும் பன்னிரெண்டாம் வகுப்பு பொதுத் தேர்வு தேர்ச்சி விகிதத்தைப் பார்த்தால், ஆண்களைவிட பெண்களே அதிக சதவீதத்தில் தேர்ச்சி பெற்றிருப்பதைப் பார்க்கலாம். ஆண் குழந்தைகள் பொறுப்பின்றி ஊர் சுற்றுவதால், தேர்ச்சி விகிதம் குறைவு என்று கூறினாலும், பெண்கள் அதிக மதிப்பெண் பெற இயற்கையும் அவர்களுக்கு உதவுகிறது என்றே சொல்லலாம். எப்படி?

மூளையை முன் மூளை, நடு மூளை, பின் மூளை என்று பிரித்திருக் கிறார்கள் எனப் பார்த்தோம். இதில், முன் மூளையை செரிபெரல் கார்டெக்ஸ் என்பார்கள். இப்பகுதியில்தான் பார்ப்பவை, படிப்பவை எல்லாம் நன்கு பதியத் தொடங்குகின்றன.

பெண்களுக்கு இந்தப் பகுதி ஆண்களைவிடவும் சற்று தடிமனாக இருப்பதாக மருத்துவ ஆராய்ச்சியாளர்கள் கண்டுபிடித்துள்ளனர். சுலபமாகச் சொன்னால், தடிமனான காகிதத்தில் எழுதியது, மெல்லிய தாளில் எழுதியதைவிட அழுத்தமாகவும், அதிக நாளும் இருக்கும். அதுபோல், பெண்களின் ஞாபக சக்தியும் ஆண்களை விட சற்று அதிகமே.

நான் பேச நினைப்பதெல்லாம்...

அதேபோல், வளவளவென்று பெண்கள் பேசிக்கொண்டிருப் பதற்கும் அந்த செரிபெரல் கார்டெக்ஸின் அதிகப்படியான தடிமன்தான் காரணம். ஆண்களால் பெண்களைப்போல் வார்த்தை களை அதிகம் உபயோகப்படுத்த முடியாதாம். கிட்டத்தட்ட பெண்கள் ஒரு நாளில் பயன்படுத்தும் வார்த்தைகளில் பாதி அளவை மட்டுமே ஆண்கள் உபயோகப்படுத்துகிறார்கள்.

சரி, ஆண்-பெண் மூளைக்கு இடையே உள்ள சில முக்கியமான வித்தியாசங்களைப் பார்ப்போமா?

1. ஆண்(கள்) மூளை, பெண்(கள்) மூளையைவிட அளவில் சற்று பெரிதுதான். ஆனாலும், வயது ஏற ஏற பெண் மூளையைவிட சுருங்கிவிடுகிறது.

2. பெண் மூளை, குளுகோசை அதிக அளவில் எரிப்பதால் உயர் வெப்ப நிலையில் இயங்குகிறது.

3. சிந்திக்கும்போது பெண்களே அதிக அளவு மூளைத் திறனை உபயோகிக்கின்றனர்.

4. மூளையின் கார்டெக்ஸ் பகுதியில் இருக்கும் இன்ஃபீரியர்-பரைடல் லாபுலே (IPL-Inferior-parietal Labule) என்ற இடம், பெண் மூளையைவிட ஆணுக்கு சற்று அகன்று இருக்கும். இதனாலேயே, அறிவியல் மேதை, கணித மேதை என்று பல ஆண்கள் புகழ்பெற முடிந்தது என்கின்றனர் அறிவியலாளர்கள்.

5. சாதாரணமாக ஓர் ஆணுக்கு 15 நிமிடத்துக்கு ஒருமுறை பாலுணர்வு தோன்றும். ஆனால், ஒரு பெண்ணுக்கோ ஒரு நாளில் ஒருமுறையோ அல்லது இரண்டு நாள்களுக்கு ஒருமுறையோதான் தோன்றுமாம்.

6. பெண்கள் ஒருவருக்கொருவர் பேசிக்கொள்ளும்போது, மூளையின் மத்தியில் சந்தோஷத்தை ஏற்படுத்தக்கூடிய நரம்புகள் தூண்டப்படுகிறதாம். இதனால்தான், பெண் மணிகள் ஒலித்துக்கொண்டே இருக்கிறார்கள்.

7. தொந்தரவு தரக்கூடிய சிறு ஒலியைக்கூட, ஆண் குழந்தை களைவிட பிறந்த பெண் குழந்தைகள் விரைவில் கண்டுகொள்ளும். அதனால்தான், கணவனின் கடுமையான குறட்டைச் சத்தத்துக்கு இடையிலும் குழந்தையின் சிறு சிணுங்கலைக்கூட ஒரு பெண்ணால் கண்டுகொள்ள முடிகிறது.

8. ஒரு பெண்ணை 20 விநாடிகள் கட்டிப்பிடித்திருந்தாலே, ஆக்ஸிடாஸின் என்ற ரசாயனப் பொருள் அவள் மூளையில் சுரந்துவிடும். அதனால், கட்டிக்கொண்டு இருந்தவரின் மீது அந்தப் பெண்ணுக்கு அதீத நம்பிக்கை வந்துவிடுமாம்.

9. பெண்களைவிட ஆண்கள் மிகக் குறைந்த வார்த்தைப் பிரயோகங்களையே உபயோகப்படுத்துகிறார்கள் என்கின்றனர் நரம்பியல் நிபுணர்கள்.

10. பத்து இல்லை எனில் பத்தாது மிக மிக முக்கியமான வித்தியாசம் இது. ஆராய்ச்சியாளர்களின் புருவத்தை உயர்த்த வைத்திருக்கும் சமீபத்திய கண்டுபிடிப்பு. அதாவது, ஆணுக்கு மூளையின் முன் பகுதியான செரிபெரல் கார்டெக்ஸில், நியூரான்கள் எனப்படும் நரம்பு செல்கள் அதிகமாக இருக்கின்றன. ஆனால், பெண்களுக்குக் குறைவாக இருக்கிறது.

சரி, அதனால் என்ன என்று நீங்கள் கேட்கலாம். மூளை முழுவதும் கோடிக்கணக்கில் நியூரான்கள் நிறைந்திருக்கின்றன என்று ஏற்கெனவே பார்த்தோம்.

நியூரானின் உள்பகுதியில் கரு இருக்கும். வால் பகுதியில் ஆக் ஸான் (Axon) எனப்படும் நரம்பிழைகள் கொத்துக் கொத்தாக இருக்கும். உடல் பகுதியில் இருந்தும் நரம்பிழைகள் கொத்த மல்லிக் கட்டுபோல் தொங்கிக் கொண்டிருக்கும். ஒரு கட்டு நரம்பிழைகள், அதேபோன்ற இன்னொரு கட்டு நரம்பிழைகள் வழியாகத் தொடர்புகொண்டிருக்கும். இந்த நரம்பிழைகளில் ஏதேனும் பாதிப்போ, குறைபாடோ ஏற்பட்டால், நரம்பு களுக்கிடையே தகவல் பரிமாற்றம் பாதிக்கப்படும்.

இதனால், ஞாபக மறதி, நன்கு பரிச்சயமான நபர், இடம், மொழி போன்றவற்றில்கூட தடுமாற்றம் ஏற்படும். இதுபோன்ற பாதிப்புகளில் முதன்மையானது அல்ஸைமர் நோய் என்று மருத்துவ ஆராய்ச்சியாளர்கள் சொல்கின்றனர்.

ஏற்கெனவே, பெண்களின் மூளையில் நியூரான்களின் எண்ணிக்கை குறைவாக இருக்கும் என்று பார்த்தோம். இந்த நிலையில், அவர்களுடைய மூளையில் நரம்பிழைகளில் தொடர்பு அறுபடும்போது பாதிப்பு அதிகமாக இருக்கும். அதனால்தான், ஆண்களைவிட பெண்களுக்கு அல்ஸைமர் நோயின் தாக்கம் அதிகமாக இருக்கிறது.

குழந்தைகளும் நினைவாற்றலும்

என் பையன் எல்லாம் நல்லா படிக்கிறான். ஆனால், பரீட்சையில மறந்துபோய் எழுதாமப்போய், மார்க் குறைஞ்சிடுது என்று முக்கால்வாசிப் பெற்றோர்கள் புலம்புவது இயல்பு. பொதுவாக, குழந்தைகளுக்கு உணர்ச்சிபூர்வமாகக் கற்றுத் தரும்போது, குறிப்பாக ராகத்துடன் ஒன்றைச் சொல்லித் தரும்போது, அது பசு மரத்தாணிபோல் பதிகிறது என்றும் சொல்கிறார்கள்.

கற்றலுக்கு, புலன்கள்தான் வாயிலாக அமைகின்றன. மூளை முழுவதும் நரம்பு செல்களும் துணைச் செல்களும் உள்ளன. ஒவ்வொரு நரம்பிழையின் நுனியிலும் நரம்பு மொட்டுகள் உள்ளன. அவற்றில் நரம்புக் கடத்திகள் எனப்படும் வேதிப் பொருள்கள் அதிக அளவு இருக்கும். இதன்மூலம், ஒவ்வொரு நியூரான்களும் தொடர்பு ஏற்படுத்திக்கொண்டு இயங்குகின்றன. இவற்றில் ஏதேனும் தடங்கல் ஏற்படும்போது கற்றல் தடைபடுகிறது. மூளையில் பதிய வேண்டிய செய்திகள் தடைபடுகின்றன. மேலும், ஏற்கெனவே பதிந்தவையையும் இழக்க நேரிடுகிறது.

குழந்தைகளுக்குக் கொடுக்கவேண்டிய பயிற்சிகள்

1. தொடர்புபடுத்துதல்

கற்றுக்கொண்ட புதிய செய்தியை பழைய செய்தியுடன் தொடர்பு படுத்திக் கொள்ளுதல்.

2. வெட்டுதல்

தொடர்ச்சியான, நீளமான செய்திகளைச் சிறுசிறு வார்த்தைகளாக உடைத்து நினைவில்கொள்ளுதல்.

3. இணைப்பு முறை

நான்கு சொற்களை நினைவில்கொள்ள, அச்சொற்களை ஏதாவது ஒரு செயலுடன் இணைத்துப் பயன்படுத்துதல்.

4. இடங்களோடு ஒப்பிடுதல்

பொருள் அல்லது கருத்துகளை நினைவில்கொள்ள, அவற்றைச் சில இடங்களோடு இணைத்து வைத்துக் கொண்டால், நினைவில் நிறுத்துவது எளிதாக இருக்கும்.

5. ஒரே ஓசையுடைய சொற்கள்

ஒரு சொல்லைக் கற்கும்போது அதே ஒலியுடன் இருக்கும் பிற சொற்களோடு இணைத்துக் கற்பது.

6. ஒத்திகைப் பயிற்சி

ஒன்றை வெளிப்படுத்துவதற்கு முன் பலமுறை ஒத்திகை பார்த்துக் கொள்ளுதல், நினைவை மேம்படுத்தும்.

7. பாடல் முறை

கற்றுக்கொள்ள வேண்டியவற்றைப் பாடலின் வரிகளாக அமைத்துப் பாடல் மூலம் நினைவில்கொள்வது.

8. தாளம் முறை

செய்திகளைத் தாளத்தோடு இணைத்துக் கற்கும் முறை.

9. காட்சிப்படுத்துதல்

கற்றுக்கொண்ட செய்திகளைக் காட்சிப்படுத்திக் கொண்டால் நினைவில் கொள்ள எளிதாக இருக்கும்.

10. விளையாட்டு முறை

கற்றுக்கொடுக்க வேண்டிய செய்திகளை, சிறுசிறு விளை யாட்டுகள் மூலம் கற்றுக்கொடுத்தால் அவை எளிதாக நினைவில் பதியும்.

9

வெர்டிகோவின் அறிகுறிகள்

ஆபீஸிலிருந்து திரும்பிய அருணுக்கு காபி கலந்துகொண்டுவந்த நீரஜா, 'அருண், சீக்கிரம் குளிச்சுட்டு மாடிக்கு வாங்க. நான் கொஞ்சம் பேசணும்' என்றாள்.

'ஏன், ஏதாவது முக்கியமான விஷயமா?' சுற்றுமுற்றும் பார்த்தபடி கேட்டான் அருண்.

'ஆமாம். முக்கியம்தான். டின்னருக்கு, தோசை தான் இன்னிக்கு. சட்னி மட்டும் அரைச்சு வெச்சுட்டு வந்துடறேன்' சொன்னபடி கிச்சனுக்குள் நுழைந்தாள் நீரஜா.

அருண் குளித்து முடித்து ப்ரெஷ்ஷாகி, நீரஜாவிடம் கேட்டான்:'என்ன விஷயம் இப்ப சொல்லு!'

'கொஞ்ச நாளாவே, அப்பாவுக்கு சரியா காது கேக்கறதல்ல. கவனிச்சீங்களா?' என்றாள் நீரஜா.

'அப்படியா? அவர் எப்பவும் டிவிய பெருசா வெச்சுடறாரு. எதுத்தா மாதிரி உக்கார்ந்துட்டு பேசும்போது காதுல விழ மாட்டேங்குது. ரெண்டு மூணு தடவை சொல்ல வேண்டி

| 57 |

யிருக்குனு நெனைக்கறேன். நீரஜா, இதைப் போய் பெருசு படுத்த வேண்டாம்' என்று சொன்னான் அருண்.

'இல்லைங்க! நீங்க ஆபீஸ் விட்டு வந்து, கொஞ்ச நேரம்தான் அப்பாகூட இருக்கீங்க. நாள் முழுக்க நான்தான் அவரைப் பாத்துக்கறேன். எனக்குத் தெரியாதா? என்னமோ எனக்குத் தோணினதைச் சொன்னேன். அவ்வளவுதான்.'

'அம்மா பசிக்குது' மேலே வந்த மகள் வர்ஷிணியுடன் கீழே இறங்கினாள் நீரஜா.

அன்று வழக்கத்திற்கு மாறாக அப்பாவின் ரூம் திறக்கப்பட வில்லை. விடிகாலையிலேயே எழுந்து வாக் புறப்பட்டு விடுவார். மணி ஏழாகியும் திறக்கப்படவில்லை. இருவரும் சற்று பயந்தே விட்டார்கள் கதவைத் தட்டித்தான் திறந்தார்கள்.

'என்னப்பா உடம்பு சரியில்லையா?' சற்று பதட்டத்துடன் கேட்டான் அருண்.

'அதெல்லாம் ஒண்ணும் இல்லப்பா. நைட், பெட்ல திரும்பிப் படுக்கும்போது திடீர்னு தலையைச் சுத்தற மாதிரி இருந்துச்சு. கொஞ்ச நேரம் தொடர்ந்து இருந்துச்சு. தூக்கம் சரியா இல்ல. விடிகாலைல அதான் அசந்துட்டேன்' முடித்த அப்பாவை கவலையுடன் பார்த்துக் கொண்டிருந்தான் அருண்.

'இன்னைக்கு நம்ம பேமிலி டாக்டர்கிட்ட அப்பாயிண்ட்மென்ட் வாங்கிடறேன். அருண் நீங்க பெர்மிஷன் போட்டுருங்க' சொல்லிக் கொண்டே நீரஜா உள்ளே சென்றாள்.

அருணுக்கும் அது சரி என்று தோன்றியது.

சரி இவருக்குத் திடீரென தலை சுற்றல் ஏற்படக் காரணம் என்ன? கூடவே செவித் திறனும் குறையக் காரணம் என்ன? இரண்டுக்கும் ஏதேனும் தொடர்பு உண்டா? அல்லது இரண்டும் வேறு பல பிரச்னைச் களின் வெளிப்பாடா? இவற்றுக்கான விளக்கத்தைப் பார்ப்போம் வாருங்கள்.

வெர்டிகோ எனப்படும் தலை சுற்றல் ஒவ்வொருவருக்கும் ஒவ்வொரு விதமாக வெளிப்படும். எல்லோருக்கும், இது ஒரே மாதிரியாக உணரப்படுவதில்லை.

சிலருக்குத் தலை சுற்றலுடன் வாந்தியும் இருக்கும். கேட்கும் திறன் குறைந்தும் இருக்கலாம். சிலருக்குத் தலையை அசைக்கும்போது மட்டும் தலை சுற்றல் உணரப்படும்.

சிலருக்குக் கடுமையான காய்ச்சல், இருமல், சளி போன்ற தொந்தரவு களைத் தொடர்ந்து தலை சுற்றல் உணரப்படலாம்.

சிலருக்குக் கடுமையான காய்ச்சல், இருமல், சளி போன்ற தொந்தர வைத் தொடர்ந்து காது கேளாத் தன்மை, தலை சுற்றல் இரண்டும் உணரப்படலாம்.

சிலர், படுக்கையில் திரும்பிப் படுக்கும்போது தலை சுற்றுவதை உணர்வதாகச் சொல்வார்கள். சிலருக்குச் சடாரென்று எழும்போது தலை சுற்றலாம். சிலர் நடக்கும்போதும் திரும்பிப் பார்க்கும் போதும் உணர்வதும், சிலர் களைப்பு மற்றும் மனச் சோர்வின் போது தலை சுற்றலை உணர்வதும் உண்டு.

சிலர் திடீரெனப் பழகிய வெளிச்சம் மற்றும் சத்தத்தை அதிகம் உணரக் கூடும்.

- காது கேட்கும் திறன் குறையலாம். காதில் வலியையும் கனத்த நிலையையும் உணரலாம். காதில் ஏதோ ரீங்கார மிடுவது போன்ற உணர்வும் இருக்கலாம்.

- சிலருக்கு இயல்பைவிட கண்கள் படபடவென அதிகமாகத் துடிப்பதுண்டு. கரு விழிகளும் வேகமாக நகரலாம்.

- தொடர் தலைவலி இருக்கலாம்.

- நிலையாக நிற்க முடியாது.

சரி. ஏன் இப்படி ஒவ்வொருவருக்கும் ஒவ்வொரு விதமாக உணரப் படுகிறது? எல்லோருக்கும் ஒரே நிலையில் தலை சுற்றல் உணரப்படு வதில்லையே என்ற கேள்வி எழலாம். அதற்கு வெர்டிகோ ஏற்படுவதற் கான காரணங்களைத் தெரிந்துகொள்வது அவசியம். பார்க்கலாம்.

தலை சுற்றல் என்று மருத்துவரிடம் சென்றவுடன் அவர் முக்கியமான சில கேள்விகளைக் கேட்பார். அதாவது,

1. நீங்களே சுற்றுவது போன்ற உணர்வு இருக்கிறதா? அல்லது

2. உங்களைச் சுற்றியுள்ள பொருட்கள் சுற்றுவது போன்ற உணர்வு இருக்கிறதா?

தானே சுழல்வது - உண்மையான தலை சுற்றலாக இருக்கலாம். அல்லது உளவியல் காரணங்களினாலும் இருக்கலாம்.

தன்னைச் சுற்றிப் பொருட்கள் சுற்றுவது புறக் (Peripheral) காரணங்களி னால் ஏற்படும் தலை சுற்றலாக இருக்கலாம்.

சிலருக்கு வாழ்வில் ஓரிரு விநாடிகள் தலை சுற்றல் ஏற்பட்டிருக் கலாம். அவர்கள் உடனடியாக மருத்துவரை அணுக வேண்டிய அவசியமில்லை.

சிலருக்கு சில மணித் துளிகள்/மணிகள் தொடங்கி வார, மாதக் கணக்கில் தலை சுற்றல் இருக்கலாம். இவர்கள் உடனடியாக மருத்துவ ஆலோசனையைப் பெற வேண்டும். சிலருக்கு வருடம் முழுவதும் தலை சுற்றல் இருக்கலாம். இது உளவியல் சார்ந்த பிரச்னையாக இருக்கலாம்.

10

வெர்டிகோ – காரணங்கள்

இது புற (Perpheral) மற்றும் மத்திய நரம்பு மண்டலங்களில் (Central) ஏற்படும் பிரச்னையால் தோன்றுவது; அல்லது உணரப் படுவது. இது மட்டுமின்றி, உளவியல் மற்றும் பிற காரணங்களும் உண்டு.

தலை சுற்றலுடன் வரும் நோயாளியைப் படுக்கச் செய்வோம். படுத்தவுடன் தலை சுற்றல் இல்லை என்றால் அது புறக் காரணங் களால் (Peripheral) என அறியலாம்.

ஆனால், மது மற்றும் சில மருந்துகளை உட்கொள்பவர்கள் இதற்கு விதி விலக்கு.

சரி, புறக் காரணங்கள் என்னவாக இருக்கும்? பார்க்கலாம்.

● வலியற்ற எதிர்பாரா நிலையால் ஏற்படும் தலை சுற்றல் (Benign Paroxysmal Positional Vertigo) BPPV என்று சுருக்கமாகச் சொல்லப்படுவது இந்நிலை. நம் காதுகளின் உட்பகுதியில் மிகச் சிறிய க்ரிஸ்டலர்கள் உள்ளன. இவற்றைக் காதுப் பாறை எனப் பொருள் பட 'ear rocks' என்று சொல்வதுண்டு. இவை

நாளா வட்டத்தில் முதிர்ந்த வயதிலோ, தலையில் அடி, காயம் ஏற்படும் போதோ உடைந்து விட வாய்ப்புண்டு.

இவை சம நிலையை உணரச் செய்யும் திரவக் குழாய்களில் மிதந்து கொண்டிருக்கும். இவை இவ்விடத்தை விட்டு நகர்ந்து விட வாய்ப்புண்டு.

அப்போது ஈர்ப்பு சக்தியால் இவை நகரும்போது, சிறு திரவமடங் கிய குழாயும் நகர்கிறது. அதனால் தலை சுற்றல் உணரப்படு வதுண்டு.

- **மெனியர்ஸ் நோய்** (Menier's disease)

நோய்த் தொற்று காரணமாக, காதின் உள் பகுதிகளில் திரவம் தேங்கி நீர் கட்டிக் (hydrops) கொள்கிறது. இதனால் அவ்வப் போது தலை சுற்றல் ஏற்படும். செவித் திறன் குறையும். காதில் ஏதோ ஒலிப்பது போன்ற உணர்வும் இருக்கலாம்.

- **செவி முன்றிலின் நியூரான் அழற்சி** (Vestibular Neuronitis)

செவியின் உள் பகுதியில் வைரல் தொற்றால் ஏற்படக்கூடிய பிரச்னை இது. உள் செவியின் நியூரான்களை வைரல் தொற்று சேதப்படுத்தும்போது, திடீரென தலை சுற்றல் உணரப் படுவதுண்டு.

- **செவி அழற்சி** (Labyrinthitis)

செவித் திறன் குறைவதோடு தலை சுற்றலும் அதிக அளவில் உணரப் படும். வயிற்றுப் பிரட்டல் மற்றும் வாந்தி கடுமையாக இருக்கும். பாதிக்கப்பட்ட செவியின் எதிர்ப்புறம் இருக்கும் கண் விழி நிலையாக இருக்காது. பெண்டுலம் போல் நகர்ந்துகொண்டே இருக்கும்.

- **மருந்துகள்** (Drugs)

செவிக் கோளாறுக்கு எடுத்துக் கொள்ளப்படும் சில மருந்துகளும் தலை சுற்றலைத் தோற்றுவிக்கலாம்.

- **தலைக் காயம்**

தலையில் அடிபடும்போது செவியின் உள் பகுதியில் தாக்கம் ஏற்பட லாம். இது மட்டுமல்லாமல், குறிப்பாக வெடி

விபத்தின்போது உள் செவியில், செவிக் கல் (otolith) பகுதிகள் பாதிப்பை ஏற்படுத்தும்போதும் தலை சுற்றல் உணரப்படலாம்.

* **உள் செவிப் பிளவு** (Perilymph Fistula)

செவியின் உள் பகுதியில் அசாதாரணமான பிளவு ஏற்படும் போது வெர்டிகோ வரலாம். அழுத்தம் இல்லாத இடத்தில் விமானப் பயணத்தின்போதோ, ஸ்கூபா டைவிங் எனப்படும் விளையாட்டின் போதோ நேரடியாகத் தலையயத் தாக்கும் விபத்தின்போதோ இப்பிளவு ஏற்படலாம். அப்போது திரவம் கசிந்து காது வழியே வெளி வரும். இதனால் காதில் ரீங்கார ஓசை உணரப்படலாம். வெர்டிகோ ஏற்படலாம். செவித் திறனை இழக்க நேரலாம். தலைவலி வரலாம். நடக்கும் முறை(gait)யில் மாற்றம் தோன்றலாம்.

* **ஸிபிலிஸ்** (Syphils)

இதுவும் ஒரு வகைத் தொற்றினால் உண்டாகும் நிலை. செவியின் உட்புறப் பகுதி பாதிக்கப்படுவதால் தலை சுற்றலுடன் செவித் திறன் பாதிப்பு இருக்க வாய்ப்புண்டு.

* **மத்திய நரம்பு மண்டல பிரச்னைகள்**

மூளைக்குச் செல்லவேண்டிய இயல்பான ரத்த ஓட்டம் தடைப்படும்போது, திசுக்கள் அழிய வாய்ப்புண்டு. அதனால் இரட்டைப் பார்வை, பேச்சுக் குளறல், விழுங்க இயலாமை போன்ற நிலைகள் இருக்கலாம். அப்போதும் தலை சுற்றல் உணரப்படும்.

11

என்னைப் போல் ஒருவன்

நரம்பியல் கோளாறுகளில், ஒரு நோயைப் போலவே மற்றொரு நோயும் இருந்து தலை சிறந்த மருத்துவரையும் திக்குமுக்காடச் செய்து விடும். அப்போது தலை சுற்றல் எனும் வெர்டிகோதான் இது என்று அறுதியிட்டுக் கூற முடியாமல் குறுக்கிடு செய்யும் இன்ன பிற நோய்களையும் பார்க்கலாம்.

- ### ரத்த ஓட்டக் குறைவு

  பெரும்பாலும் 50 வயதுக்கு மேற்பட்டோருக்கு வெர்டிகோ வருவது இந்நிலையால்.

  மூளைக்குச் செல்லும் ரத்த ஓட்டம் குறைவதால் திடீர் தலை சுற்றல் ஏற்படலாம். அதுவும் குறிப்பாக கழுத்தை அசைக்கும்போதோ, திருப்பும்போதோ தலை சுற்றல் உணரப்படும். வயிற்றுப் பிரட்ட லும் வாந்தியும் இருக்கலாம். பேச்சுக் குளறல், விழுங்குவதில் பிரச்னை, விழிகள் இயல்புக்கு மாறாக பெண்டுலம் போல வேகமாக நகரும். பார்வைத் திறன் 50% குறையலாம். சிலருக்கு விட்டுவிட்டு தலை சுற்றல் மட்டுமே இருக்கலாம்.

- ***தலைவலி*** (Migraine)

  சுத்தியால் மண்டையைப் பிளப்பது போன்ற கடுமையான தலை வலி சிலருக்கு அவ்வப்போது வரும். அப்போது பார்வைத் தொந்தரவு களுடன் தலை சுற்றலும் வர வாய்ப்புண்டு. குறிப்பாக, பதின்ம வயதில் மாத விலக்கு நேரத்தில் பள்ளிக்குச் செல்லும் பருவப் பெண்களுக்கு இப்பிரச்னை இருக்கலாம்.

- ***சிறு மூளை நோய்*** (Cerebellar Disease)

  சிறு மூளையில் ஏற்படும் அசாதாரணத் தன்மை மற்றும் பிரச்னை யால் கடுமையான தலை சுற்றல் வருவதுண்டு. குறிப்பாக, இப் பகுதியில் கட்டி ஏற்படும்போது அங்க இயக்கக் கோளாறுகள், மூட்டியக்கம் ஒருங்கிணையாமை (adiadochokinesia) போன்ற பிரச்னைகள் இருக்கும்.

- ***பொட்டு மடல் வலிப்பு*** (Temporaral to be epilepsy)

  மூளையின் பொட்டு மடல் பகுதியில் ஏற்படும் பிரச்னையால் வலிப்பு வரலாம். அதோடு கூட தலை சுற்றலும் உணர வாய்ப்புண்டு. சில சமயம் தலை சுற்றலே வலிப்பின் அறிகுறியாகவும் இருக்கக் கூடும்.

- ***கழுத்தில் ஏற்படக் கூடிய பிரச்னையால் வரும் தலை சுற்றல்*** (Cervical Vertigo)

  கழுத்தில் ஏற்படும் காயம்கூட சில சமயம் தலை சுற்றலுக்கு வழி வகுக்கும். கழுத்தில் காயம் ஏற்படும்போது, கழுத்துத் தசைகள் மிருதுவாகி, கழுத்தின் இயக்கத்தைக் கட்டுப் படுத்தும். அப்போது நோயாளி கஷ்டப்பட்டுக் கழுத்தைத் திருப்ப முயலும்போது தலை சுற்றலை உணரலாம்.

- ***பெருமூளை ரத்தக் குழாய் பிரச்னையால் வரும் தலை சுற்றல்*** (Cerebro Vascular Disease)

  பத்து சதவிகித நோயாளிகள், பெருமூளை ரத்தக் குழாய்களின் பிரச்னையால் தலை சுற்றலை உணரக் கூடும். இவ்வகை தலை சுற்றல் ஆண்களுக்கு சற்று அதிகம். குறிப்பாக 60 - 80 வயதானவர்களுக்கு வர அதிக வாய்ப்புண்டு.

- ***பயண வாந்தி*** (Motion Sickness)

  நீண்ட பஸ், கார் மற்றும் கப்பல் பயணத்தின்போது பெரும் பாலும் அனுபவிப்பது இது. வாந்தியுடன் தலை சுற்றலும்

இருக்கும். சிலர் லிப்ட், கேபிள் கார் மூலம் உயரே செல்லும் போதும் தலை சுற்றலை உணரலாம். பயணத்தில் படிக்கும் போதும் சிலருக்கு உண்டாகலாம். வாகனங்களை விட்டு இறங்கியவுடன் சாதாரண நிலைக்குத் திரும்பி விடுவதுண்டு. பார்வை, செவி ஆகியவற்றிலிருந்து பெறப்படும் தகவல் சமமாகாததால் இந்நிலை ஏற்படும். அதே போல் உயரத்தி லிருந்து கீழே பார்க்கும்போதோ, விளிம்பில் நின்றுகொண்டு கீழே பார்க்கும்போதோ சிலர் தலை சுற்றலை உணரக் கூடும்.

- **மல்டிபிள் ஸ்லெராஸிஸ்** (Mutliple Scelorisis)

  இது தன்னுடல் தாங்கு திறன் பிரச்னை (Auto Immune Disorder) ஆகும். அதாவது இயற்கையாகவே, எந்தவித புறக் காரணங் களுமின்றி, உடல் தனக்குத் தானே பிரச்னையை உருவாக்கிக் கொள்வது. மூளையின் நரம்பு செல் எனப்படும் நியூரான்களின் மேல் மிக மெல்லிய உறை இருக்கும். இந்த உறைகளில் ஏற்படும் அசாதாரணத் தன்மையால் மூளை உணர்வு உறுப்புகளிலிருந்து முன்னுக்குப் பின் முரணான தகவல்களைப் பெற ஆரம்பிக்கும். அப்போது தலை சுற்றல் ஏற்படக் கூடும்.

- **பார்க்கின்ஸன்ஸ் நோய்**

  மூளையின் குறிப்பிட்ட பகுதியில் நியூரான்களைச் சேதமடையச் செய்து உடலில் நடுக்கத்தை ஏற்படுத்தும் இந்நோய். இந்நோயாளி களுக்கும் தலை சுற்றல் ஏற்பட வாய்ப்புண்டு.

- **உளவியல் ரீதியான காரணங்கள்**

  சிலருக்கு படபடப்பு, பதட்டம் இருக்கும் நிலையில் தலை சுற்றல் ஏற்படலாம். பெரும்பாலும், இதயத் துடிப்பு அதிகரிப்பு, மூச்சுத் திணறல், சோர்வு, தொடர் வியர்வை இவற்றுடன் தலை சுற்றலும் இருக்கும். சிலருக்கு ரத்தத்தில் சிவப்பணுக்கள் குறைந்திருக்கும் (anemia) போதும் தலை சுற்றல் ஏற்படலாம்.

இவை மட்டுமின்றி,

ரத்தத்தில் சர்க்கரை அளவு குறையும்போது,

இதயத் துடிப்பு சீராக இல்லாதபோது,

தைராய்டு சுரப்பி சீராக வேலை செய்யாதபோது,

நோய் எதிர்ப்பு சக்தி குறையும்போது,

மருந்துகளின் குறுக்கீடு, மது, கார்பன் மோனாக்ஸைடு போன்ற வாயுவை முகர்தல்

என்று பல்வேறு காரணங்களினால் தலை சுற்றல் ஏற்படும்.

இப்போது சொல்லுங்கள். இத்தனை விதமான தலை சுற்றலைப் பகுப்பாராய்ந்து வெர்டிகோவைக் கண்டுபிடிப்பது மருத்துவருக்குச் சவால்தானே! சரி. எப்படி மருத்துவர் உண்மையான வெர்டிகோவைக் கண்டறிகிறார். அடுத்த அத்தியாயத்தில் பார்க்கலாம்.

12

நோயைக் கண்டறிதல்

நோயாளி தலை சுற்றலை முதல் தடவையாக உணர்ந்திருந்தாலோ, மீண்டும் மீண்டும் அனுபவித்திருந்தாலோ முதலில் அவரிடம் சில அடிப்படைக் கேள்விகள் கேட்கப்படும். அடிப் படை பரிசோதனை களும் மேற்கொள்ளப்படும்.

- ரத்த அழுத்தம் பரிசோதிக்கப்படும் (உட்கார்ந்த, நின்ற, படுத்த நிலைகளில்).

- நீரிழிவு நோயின் நிலை அறியப்படும்.

- மதுப் பழக்கம், போதை மருந்துகள்.

- புகையிலை, பாக்கு, பீடா, ஜர்தா.

- கழுத்தெலும்பு இணைப்பு அழிவு நோய் (Cervical Spondylosis).

- இதய நோய்.

- மூட்டு நோய்.

- எடுத்துக்கொள்ளப்படும் மருந்துகள்.

- தலைவலி.

- தைராய்டு.

- தலைக் காயம் மற்றும் குடும்ப வரலாறு என்று பல்வேறு பிரச்னை மற்றும் பழக்க வழக்கம் தொடர்பான கேள்விகள் கேட்டு விளக்கம் வாங்கப்படும்.

1972ல் 'ட்ராச்மேன்' (Drachmann) எனும் மருத்துவர் தலை சுற்றலை நான்கு வகையில் விவரிக்கலாம் என்று வரையறுத்தார். அவை:

1. **உண்மையான வெர்டிகோ** (True Vertigo)

செவியின் உட்பகுதியில் ஏற்படும் பிரச்னை. நோயாளி, தலை வேக மாகச் சுழல்வதை வர்ணிப்பார். அதிலும் குறிப்பாக, உட்காரும் போது, எழுந்திருக்கும்போது, படுக்கையில் திரும்பும்போது தலை சுற்றலை உணர்வதாகக் கூறுவார்.

2. **இதயத் தொடர்பான வெர்டிகோ**

நோயாளி மயங்கிச் சரிவதுண்டு. கண்ணை கட்டிக் கொண்டு விடுவ தாகச் சொல்வார். குறிப்பாக உட்கார்ந்து எழும்போது இதனை உணர்வார். நோயாளியின் ரத்த அழுத்தம் பரிசோதிக்கப்படும்.

3. **ஒருங்கிணைப்பின்மையால் ஏற்படும் வெர்டிகோ**

சம நிலையில் நிற்க இயலாமை, அங்கங்களை ஒருங்கிணைத்து நிலையாக நிற்க, நடக்க முடியாததால் உணரப்படும் தலை சுற்றல். குறிப்பாக, நிற்கும்போதும் நடக்கும் போதும் நோயாளி தலை சுற்றலை உணர்வார். குறிப்பாக, சமமற்ற இடத்தில் நடக்கும்போதும் திரும்பும் போதும் தலை சுற்றல் அதிகரிக்கும். படுத்திருக்கும்போதோ, உட்கார்ந் திருக்கும் போதோ தலை சுற்றல் இருக்காது. இது பெரும்பாலும் மூளையில் ஏற்படக் கூடிய பிரச்னையால் தோன்றும் நிலை.

4. **உளவியல் ரீதியான தலை சுற்றல்**

நோயாளி வெற்றுப் பார்வை பார்க்கக் கூடும். தலையில் உணர்வின்மை இருப்பதாகக் கூறுவார் அல்லது தலை மிகவும் கனத்தோ அல்லது கனமின்றி இருப்பதாகவோ கூறுவார். மேலே பார்த்த வகைகளுக்கும் இதற்கும் தொடர்பே இருக்காது. இது முழுக்க முழுக்க உளம் சார்ந்த பிரச்னையே.

இவ்வாறு நான்கு நிலைகளில் தலை சுற்றல் நிர்ணயிக்கப் பட்டுள்ளது. இவ்வாறு, நோயாளியின் நிலையைக் கண்டறிந்து அவரது நோயின் தன்மையை அறிவார் மருத்துவர். இது மட்டு மின்றி, நோயாளிக்கு வேறு சில சோதனைகளும் செய்யப்படும். அவற்றைப் பார்க்கலாம்.

13

சோதனைகள்

நோயாளியின் காதுகள் மற்றும் மண்டை நரம்புகள் (Cervical nerves) பரிசோதிக்கப் படும். கண் விழிகளின் நிலை இயல்பாக உள்ளதா என்று பரிசோதிக்கப்படும். சிலருக்குக் கண் விழிகள் பெண்டுலம்போல ஊசலாடலாம் (nystagmus). நோயாளியின் சம நிலை பரிசோதிக்கப்படும்.

- **வெளிக் காது சோதனை**

  வெளிக் காது பகுதிகளில் நீர்க் கட்டிகள் ஏற்படலாம். அதனை நன்கு ஆராய்ந்து அறியப்படும். இவைகூட தலை சுற்றல், காது கேளாத் தன்மைக்குக் காரணமா கலாம். ஏற்கெனவே காதில் அறுவை சிகிச்சை ஏதேனும் செய்திருப்பின், அதனைப் பற்றி அறியப்படும். ஏனெனில், காது முன் குருத்தெலும்பு (tragus) மற்றும் புறக் காது வளையம் (helix) இவற்றுக் கிடையே, அறுவை சிகிச்சையின்போது துளையிடப்படும். இத்துளையின் தழும்பும் பரிசோதிக்கப்படும்.

- **காது நோக்கி (Otoscopic) சோதனை**

  காது நோக்கி மூலம் உள் காதின் அசாதாரணத் தன்மை அறியப்படும்.

செவிப்பறைப் படலம் துளையிடப்பட்டு உள்ளதா என அறியப்படும். அது மட்டுமின்றி காதில், செவிப்பறையில் ஏற்பட்டிருக்கும் தொற்று, பாக்டீரியாவின் தாக்கம் எனப் பலவும் கண்டறியப்படும்.

- **ஒலி அதிர்வுக் கவை** (Tuning fork) **சோதனை**

  இந்நிலையில், செவித் திறனை அறியும் சோதனை அவசியமாகிறது. நத்தை வடிவ உள் காது சுருளின் (cochlea) அடிப் பகுதியில் ஏற்படும் சிதைவினால் (lesion), செவித் திறன் தீவிரமாகப் பாதிக்கப்படலாம். தீவிர செவித் திறன் பாதிப்பு, சமநிலை பிரச்னையில் (Balance disorder) முக்கிய அறிகுறியாகும்.

- **அலையும் விழி** (Nystagmus) **சோதனை**

  சோதனையாளர் எதிரே நோயாளி அமர வைக்கப்படுவார். சோதனை யாளர் நோயாளிக்கு எதிரே 45 டிகிரி அளவுக்குத் தன் விரலை, வலது, இடது, மேல், கீழ் என நாலா புறமும் நகர்த்துவார். அத்திசையில் நோயாளி பார்க்க வலியுறுத்தப் படுவார். அப்போது நோயாளியின் விழி சோதனையில் தேற முடியாமல், அலையும் விழி (nystagmus) நிலை இருப்பது கண்டறியப்படும். மத்திய நரம்பு மண்டலப் பிரச்னையால் இந்நிலை இருக்கலாம்.

- **கருவிழி அனிச்சை சோதனை** (Corneal Reflex Test)

  நோயாளி நேரே பார்க்கச் சொல்லி, அறிவுறுத்தப்படுவார். சோதனை யாளர் சிறிது பஞ்சைக் கையில் வைத்துக்கொண்டு அவரது கரு விழியையும், வெண் படலத்தையும் பஞ்சால் லேசாகத் தொடுவார். சாதாரணமாக, அப்போது கண் மூடிக் கொள்ளும். ஆனால், பிரச்னை தீவிரமாக இருப்பவருக்கு அவ்வாறு கண்கள் இயல்பாக மூடாது.

- **பிளவை அறியும் சோதனை** (Fistula Test)

  காது முன் குறுத்தெலும்பை மருத்துவர் அழுத்திப் பிடிப்பார். அப்போது நோயாளி தலை சுற்றலை உணரக் கூடும்.

- **நின்ற நிலை சோதனை** (Standing Test)

- கண்களைத் திறந்து கால்களைச் சேர்த்து நிற்கவும்.

- கண்களை மூடவும்.

- ஒரு காலில் 12-20 விநாடிகள் நிற்கவும்.

- மறு காலில் இதே போல் 12-20 விநாடிகள் நிற்கவும்.

இவ்வாறு சோதனைக்குட்படுத்தப்பட்ட நோயாளியின் உடலில் தள்ளாட்டம் இருக்கிறதா என்று அறியப்படும். உடல் எந்தப் பக்கம் திரும்புகிறதோ, அந்தப் பக்கக் காதின் உட்புறப் பகுதியில் பிரச்னை என்று அறியப்படும்.

- **நடக்கும் சோதனை** (Walking Test)

- முன் காலின் குதியைப் பின் காலின் நுனியால் தொட்டுக் கொண்டு நடக்க அறிவுறுத்தப்படுவர்.

- அப்போது விழுந்தால் அது குறிக்கப்படும்.

- ஒரே பக்கமாக அடிக்கடி விழுந்தால், அதற்கு எதிர்த் திசையில் பிரச்னை என்று அறியப்படும்.

- காலை அகட்டி நடந்தால், சிறு மூளைப் பாதிப்பாக யூகிக்கப்படும்.

- அன்டெர்பர்கர்கள் சோதனை (Unterburger's Test)

- நோயாளி கண்களை மூடிக்கொண்டு கைகளை முன்னோக்கி நீட்டிக் கொள்ளச் சொல்லி அறிவுறுத்தப்படுவர்.

- இருந்த இடத்திலேயே வலது காலை 90 டிகிரி அளவுக்கு உயர்த்தி இறக்க வேண்டும். இவ்வாறு ஒரு நிமிடத்திற்குச் செய்யவும்.

- இடது காலையும் இது போல் செய்யவும்.

- அப்போது உடல் பக்கவாட்டில் தள்ளாடலாம். இது நோயின் தீவிரத்தையும் வகையையும் அறிவிக்கும்.

- **அமர வைத்து, படுக்க வைத்துச் சோதனை**

நோயாளியை அமர வைத்து, அவரது தலை 45 டிகிரிக்கு இரு புறமும் அசைக்கப்படும். மேலும் அவர் படுக்க வைக்கப் படுவார். தலை படுக்கையின் விளிம்பில் பின் பக்கமாக 30 டிகிரி கீழே தொங்குமாறு இருக்கும்படிப் பார்த்துக்

கொள்ளப்படுவார். அப்போது நோயாளியின் விழி அசைவு கண்காணிக்கப்படும். அதில் ஏற்படும் அசாதாரணத் தன்மையைப் பொறுத்து, பிரச்னையின் தீவிரம் அறியப்படும்.

- **தலையை அசைக்கும் சோதனை** (Head Shaking Test)

  நோயாளியின் தலையை இரு கையாலும் பக்கவாட்டில் மருத்துவர் பிடித்துக் கொள்வார். பின் தீவிரமாக, இருபுறமும் விடாது 20 முறை அசைப்பார். அப்போது செவியின் அசைவு கண்காணிக்கப்படும். விழியின் அசைவு அசாதாரணமாக இருந்தால், குறித்துக் கொள்ளப் படும். எத்திசையில் விழியின் அசைவு இருக்கிறதோ, அதற்கு எதிர்த் திசையில் காதின் உட்புறம் பிரச்னை என அறியப்படும். செவியின் அசைவு மேலும் கீழுமாக இருந்தால், மத்திய நரம்பு மண்டலங்களில் பிரச்னை என அறியப்படும்.

- **சுழல் சோதனை** (Rotation test)

  சோதனைக்கென தனியாக வடிவமைக்கப்பட்ட சுழலும் நாற்காலியில் நோயாளி அமர்த்தப்படுவார். அவரது கண்களை மூடிக்கொள்ள அறிவுறுத்தப்படுவார். பின் 20 விநாடிகளில் பத்து முறை நாற்காலி யோடு சேர்த்து சுழற்றப் படுவார். பிறகு சுழல்வது நிறுத்தப்பட்டு, அவரது விழி அசைவு கணக்கெடுக்கப்படும். அதன் மூலம் பிரச்னை அறியப்படும்.

க்ளிசரால் சோதனை (Glycerol Test)

மெனியர்ஸ் நோயினை அறிந்துகொள்ள உதவும் மிக முக்கிய சோதனை இது. கிளிசரால் உடலில் உள்ள நீரை வற்றச் செய்யும் தன்மை கொண்டது. இது நீருடன் கலந்து நோயாளிக்குக் கொடுக்கப்படும். ஒரு மணி நேரம் கழித்து நோயாளிக்கு, காது கேட்கும் திறன் சோதிக்கப் படும். அப்போது நீர் வற்றலால், க்ளிசரால் செவி நிண நீர் அழுத்தத் தைக் (endolymphatic pressure) குறைக்கிறது. இதனால் செவித் திறன் முன்பை விட அதிகரித்திருக்கும். இது மட்டும் அல்ல, காது கனத்திருப் பதும் குறைந்திருக்கும். காதில் இது நாள் வரை இருந்த ரீங்கார ஒலியும் குறைந்திருக்கும் அல்லது மறைந்திருக்கும்.

சி.டி., எம்.ஆர்.ஐ. (CT, MRI)

திடீர் தலை சுற்றல், செவித் திறன் குறைதல், தலையில் சுத்தியால் அடித்ததுபோல் தலை வலி, தீவிர தலை சுற்றல், நடையில்

மாற்றம் போன்ற நரம்பியல் பிரச்னைகளும் சேர்ந்திருத்தல். இவற்றுக்கெல்லாம் சிடி மற்றும் எம்.ஆர்.ஐ. சோதனைகள் மேற்கொள்ளப்படும்.

குறிப்பாக, நோயாளியைப் படுக்கச் செய்வோம். படுத்திருக்கும் போது, தலை சுற்றல் இல்லை என்றால் அது வெளிப்புறக் காரணிகளால் ஏற்பட்ட தலை சுற்றல் ஆகும். மாறாக, படுத்திருக்கும்போதும் தலை சுற்றல் இருந்தால் அது மூளை சம்பந்தப்பட்டதாக இருக்கலாம். இப்போது, CT, MRI பரிந்துரைக்கப்படும்.

குறிப்பு: மது மற்றும் சில மருந்துகள் எந்நிலையிலும் தலை சுற்றலை ஏற்படுத்தும்.

சரி. தலை சுற்றல் இந்தப் பிரச்னையால்தான் என்று கண்டுபிடிக்கப் பட்ட பிறகு, என்ன மாதிரியான சிகிச்சைகள் மேற்கொள்ளப்படும். பார்க்கலாம்.

14

சிகிச்சை முறைகள்

நோயாளியின் பிரச்னை என்ன என்று அறியப் பட்டு விட்டது. இங்கு தலை சுற்றலுக்குத் தீர்வு காண்பதை விட காரணத்தை அறிந்து அதைச் சீர் செய்வதுதான் முக்கிய நோக்கமாகும். உள் செவியின் தீவிர பிரச்னைகளுக்கு மருந்தளிக்கப் படும்.

சம நிலைக்கு நோயாளியைக் கொண்டு வர வேண்டும். பெரும்பாலான நோயாளிகள், மிகவும் கவலையாக, துயரமுற்று இருப்பார்கள். நம் வாழ்க்கை இத்துடன் முடிந்து விட்டதாக எண்ணி வருந்துவார்கள். தலையில் கட்டி ஏதும் ஏற்பட்டு விட்டதாக எண்ணிக் கொள் வார்கள். அல்லது பக்கவாதம் வந்து விட்டதோ என்று பயப்படுவார்கள். இது போன்ற சிக்கல்கள் ஏதும் இல்லை. தலை சுற்றல் எளிதில் குணப்படுத் தக் கூடிய ஒன்று என முதலில் அவர்களுக்குப் புரிய வைக்க வேண்டும். சமமற்ற நிலையை நேரே கொண்டு வர ஈடு (Compensation) செய்ய வேண்டும்.

ஈடு செய்வதற்கான (Compensation Exercises) **எளிதான பயிற்சி முறைகள்**

- முதலில் நோயாளியை, தலையை பக்கவாட்டில் இரு புறம் மேலும் கீழுமாக

அசைக்கச் சொல்ல வேண்டும். முதலில் இது அவர் களுக்குச் சிரமமாக இருக்கலாம். போகப் போக எளிதாகி விடும்.

- பின், இரு கைகளையும் முன்னோக்கி நீட்டிக் கொள்ளவும். கட்டை விரலைப் பார்த்தபடி, பக்கவாட்டில் இரு புறமும் தலையைத் திருப்ப வேண்டும். இதே போல் மேலும் கீழும் செய்ய வேண்டும்.

- இரு புறமும் கைகளை நீட்டிக் கொள்ளவும். கட்டை விரலைப் பார்த்தபடி ஊசலாடுவதுபோல் இரு புறமும் செய்ய வேண்டும்.

பொதுவாக, இப்பயிற்சிகளை ஐந்து நிமிடங்களுக்கு, ஒரு நாளில் நான்கு முறை செய்யச் சொல்வோம். முதலில் இப்பயிற்சியால் தலை சுற்றல் இருந்தாலும், நாளடைவில், இப்பயிற்சியின்போது தலை சுற்றல் இருக்காது. இந்நிலை வந்தவுடன், ஈடு செய்தல் (compensation) ஏற்பட்டிருப்பதை உணரலாம்.

கடுமையான வாந்தி மற்றும் தலை சுற்றல் இருக்கும் நோயாளிகளின் நிலை மிக மோசமாக இருக்கும். இவர்களுக்கு உடனடி மருத்துவ சிகிச்சை அவசியம். பெரும்பாலான வெர்டிகோ நோயாளிகள், பதட்டத்துடன் இருப்பார்கள். அதனால் அதனைக் கட்டுப்படுத்தவும் மருந்துகள் கொடுக்கப்படும்.

வைரல், பேக்டீரிய நோய்த் தொற்றுக்கள் மூலமாக தலை சுற்றல் ஏற்பட்டிருந்தால், இதற்குரிய நுண்ணுயிர் கொல்லிகள் (antibiotics) கொடுக்கப்படும். தேவையிருப்பின் மருந்துகள் ரத்தம், நரம்பு வழியேயும் கொடுக்கப்படும்.

செவியின் உட் பகுதியில் க்ரிஸ்டல் உடைந்து, திரவக் குழாய்களின் பின்புறம் வழிந்து வழியை அடைத்துக்கொள்ளும் என்று ஏற்கெனவே பார்த்தோம். இந்நிலை வலது காதில் ஏற்பட்டிருந்தால் செய்யப்படும் உடற்பயிற்சி: **ப்ராண்ட் - டராஃப்** (Brandt - Daroff Exercise) **உடற்பயிற்சி.**

1. படுக்கையில் நிமிர்ந்து உட்காரவும். 45 டிகிரி அளவுக்குத் தலையை பாதிக்காத பக்கத்தை நோக்கித் திருப்பவும்.

2. பாதிக்கப்பட்ட பக்கமாக உடலை வளைத்து தலையைப் படுக்கையில் வைக்கவும். ஆனால், 45 டிகிரி அளவில் மூக்கு மேல் நோக்கி இருக்குமாறு படுக்கவும். கண்கள் மேலே விட்டத்தைப் பார்க்கவும். இதே நிலையில் 30 விநாடிகள் இருக்கவும்.

3. மெதுவாக எழுந்து நேரே அமரவும். இதே நிலையில் 30 விநாடிகள் இருக்கவும்.

4. இப்போது எதிர்ப் பக்கம் இதே போல் படுக்கவும். 30 விநாடிகள் இதே நிலையில் இருக்கவும்.

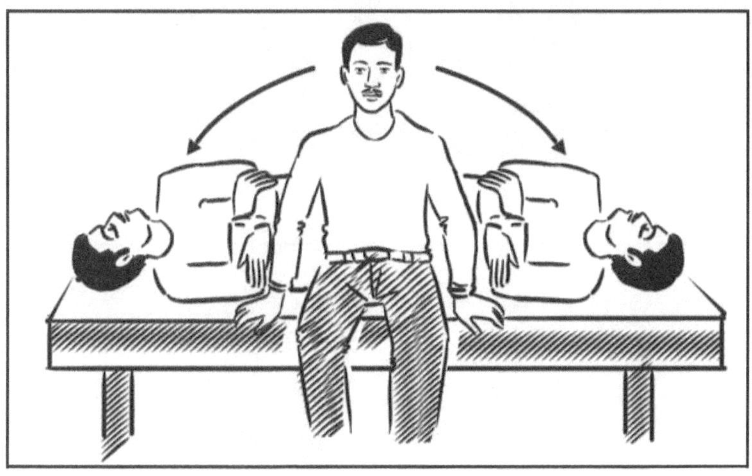

உள் செவி பிரச்னை சீர்திருத்த சிகிச்சை
(Vestibular Rehabilitation Therapy)

தலை, உடல், கண் இயக்கப் பயிற்சிகள், தூண்டும் ஈடு செய்தல் இயக்கம் மூன்று நிலைகளில் நடைபெறுகின்றன.

கண் விழிகளுக்கான பயிற்சியை மேற்கொள்ளும்போது, நாளடைவில் அத்தகவலுக்கு மூளை பழகிக் கொள்கிறது.

இப்பயிற்சிகள், உடல், கண், கழுத்து, தலை என உடலின் ஒவ்வொரு பாகங்களுக்கும் தனித்தனியே கொடுக்கப்படும்.

கண் பயிற்சிகள் (Eye Exercises)

கீழ்க்கண்ட கண் பயிற்சிகளின் மூலம் சம நிலை பிரச்னை (Balance disorder) எளிதில் ஈடு செய்யப் (compensation) படுகிறது.

- மேலும் கீழுமாக மாறி மாறிப் பார்க்கவும்.

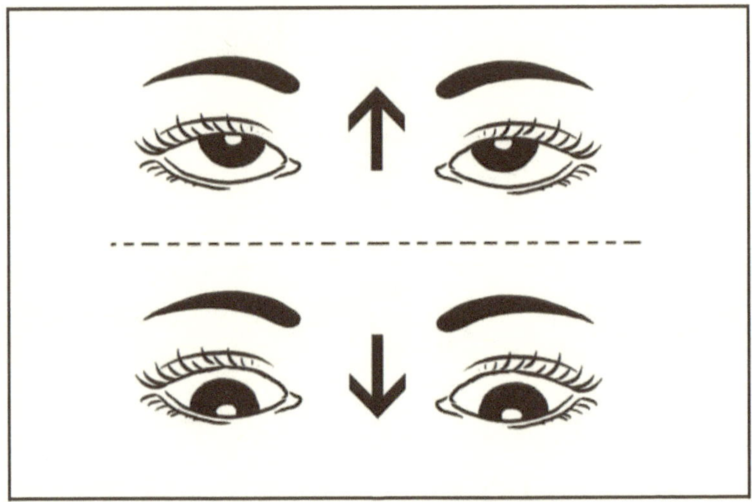

- வலது, இடது புறமாக மாறி மாறிப் பார்க்கவும்

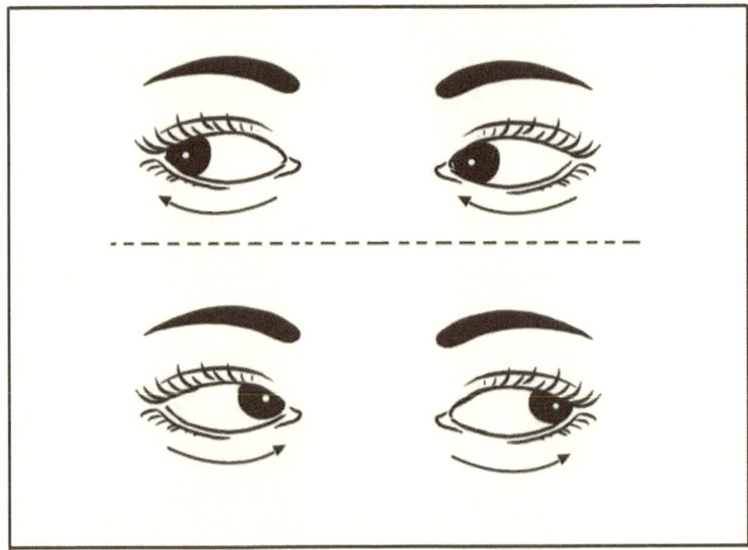

* புருவங்கள் இணையும் இடத்தை நோக்கி விழிகளைக் கொண்டு வருதல்

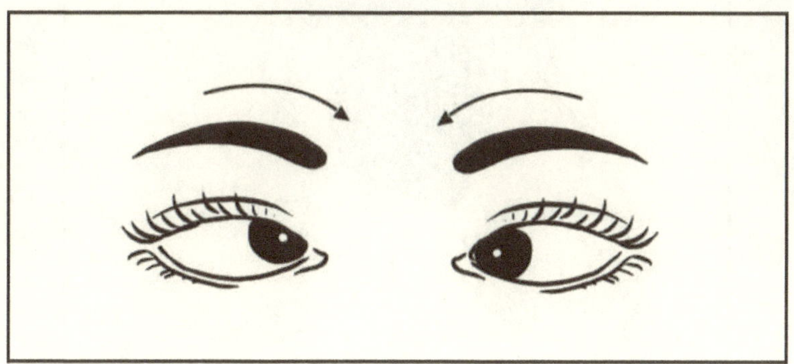

தலை மற்றும் கழுத்துப் பயிற்சிகள்

* தலையை முன்னோக்கி வளைத்தல்
* தலையைப் பின்புறம் வளைத்தல்.

- தலையை வலது, இடது புறமாகத் திருப்புதல்

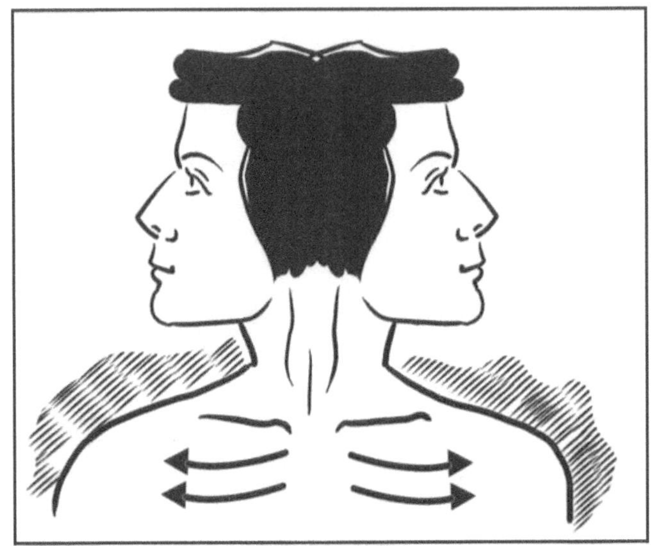

இதனை படுக்கையிலோ ஸ்டூலிலோ அமர்ந்துகொண்டுகூடச் செய்யலாம்.

- இரண்டு தோள்களையும் சுழற்றுதல்.

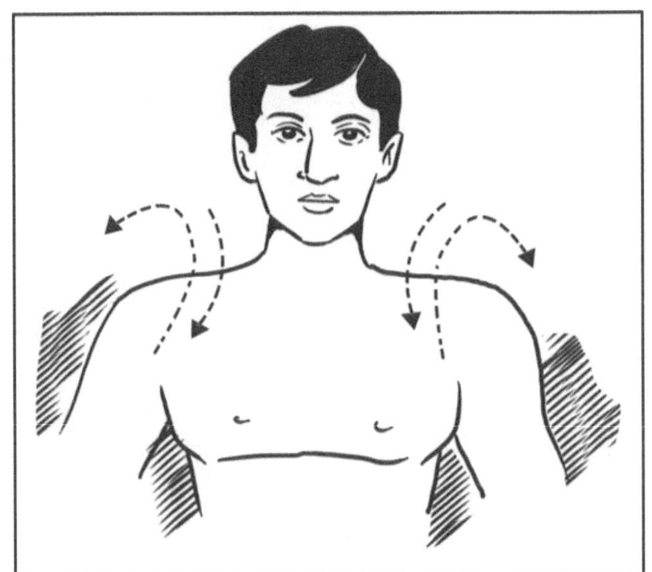

- நாற்காலியில் அமர்ந்துகொண்டு குனிந்து கீழே இருக்கும் பொருளை எடுத்தல்.

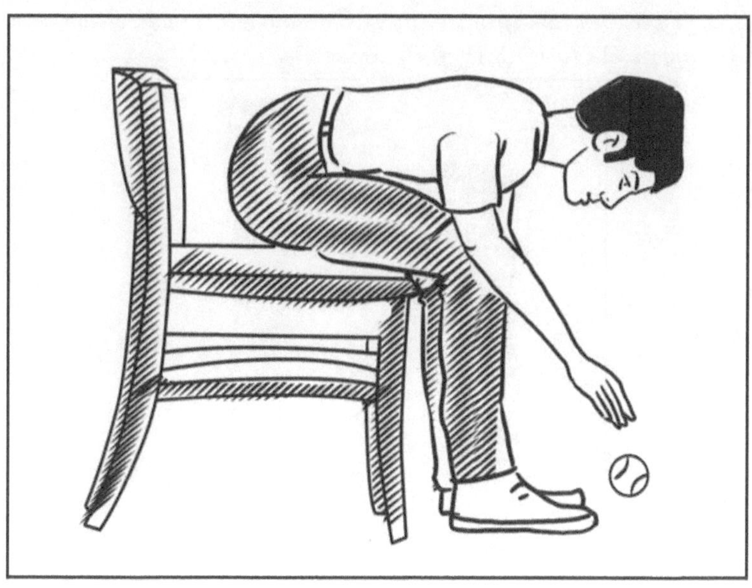

- இருக்கையில் அமர்ந்து கொண்டு, அப்படியே இடுப்பின் மேல் பகுதியை வலது புறமாகத் திருப்பவும். பின் இடப் புறம் திருப்பவும்.

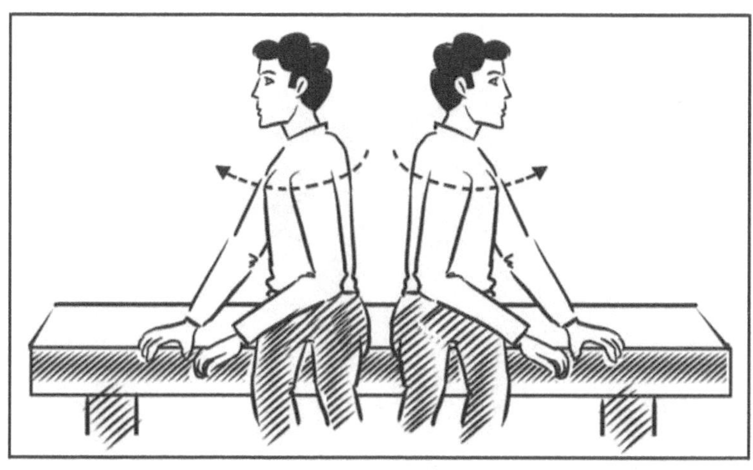

- உட்கார்ந்த நிலையிலிருந்து நின்ற நிலைக்கு வரவும். இதனை முதலில் கண்களைத் திறந்து கொண்டும், பிறகு கண்களை மூடிக் கொண்டும் 15 நிமிடங்கள் தொடரவும்.

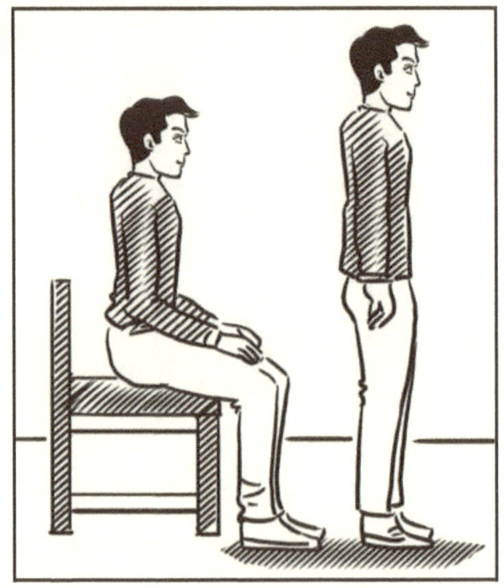

- இடக் கையிலிருந்து வலது கைக்கு ரப்பர் பந்தை மாற்றி மாற்றிப் போட்டுப் பிடிக்கவும். அப்போது பந்தையே பார்க்கவும்.

- சிறு ரப்பர் பந்தை முழங்காலுக்கு அடியில் போட்டு, இரு கைகளாலும் மாறி மாறிப் பிடிக்கவும்.

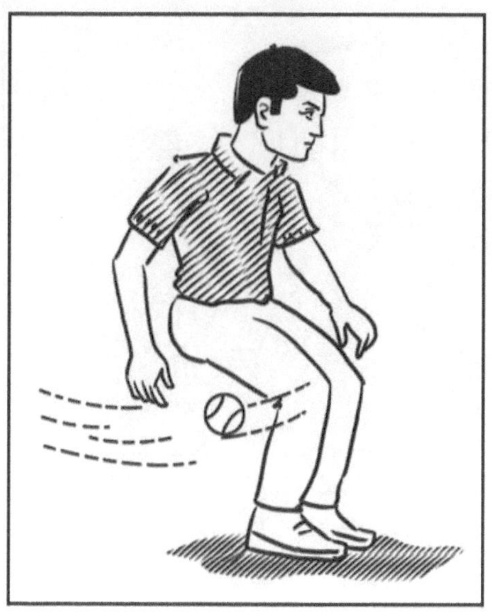

நடந்து கொண்டு செய்யும் பயிற்சிகள்

- நடந்து கொண்டே பந்தைத் தூக்கிப் போட்டுப்பிடிக்கவும்.

●   மாடிப் படிகளில் ஏறி இறங்கவும்.

●   அறையில் கண்களை மூடிக் கொண்டும், திறந்து கொண்டும்
நடக்கவும்.

- உடலை முன்னோக்கி வளைத்தல், இழுத்தல், குறி வைத்தல் போன்ற நடவடிக்கைகளைக் கொண்ட எல்லா விளையாட்டு களையும் விளையாடுதல்.

சிகிச்சை முறைகளான இந்தப் பயிற்சிகள் நோயாளிகளின் பிரச்னைகளுக்கு படிப்படியான தீர்வாக அமையும்.

சரி, பொதுவாக யாருக்கெல்லாம் தலை சுற்றல் வருகிறது. அடுத்த படியாகப் பார்க்கலாம்.

15

யாருக்கு வரலாம்?

பொதுவாக, நீண்ட நேரம் ஒரே இடத்தில் உட்கார்ந்திருந்து விட்டு எழும்போது வெர்டிகோ வரலாம். வெயிலில் நிறைய நேரம் அலைந்து விட்டு ஓய்வுக்கு வரும்போது வரலாம். நீண்ட தூரம் கார், பஸ், விமானம், கப்பல் பயணங்களின்போது வரலாம். அதிக உயரத்திலி ருந்து கீழே பார்க்கும்போதும், லிப்டில் பயணிக்கும்போதும் தலை சுற்றல் வரலாம். ஆனாலும், சில வகையினருக்கு - குறிப்பாகத் தலை சுற்றல் வர வாய்ப்பு அதிகம்.

- **முதியோர்கள்**

  பெரும்பாலும், முதியோர்களுக்குத் தலை சுற்றல் வர வாய்ப்பு அதிகம். இது நிலை தடுமாறச் செய்து, அவர்கள் கீழே விழ வழி வகுக்கும். இதனால் தலையில் அடிபடவும், எலும்பு முறியவும் வாய்ப்பு அதிகம்.

- பொதுவாக, 50 வயதிலிருந்து உள் செவிப் பகுதியில் மாற்றம் ஏற்பட ஆரம்பிக்கும். செல்களும், நரம்பிழைகளும் சேதமடைய ஆரம்பிக்கலாம்.

- கண்ணிலும் அதைச் சார்ந்த பகுதியிலும் மாற்றம் ஏற்படும்.

- மூளையின் மத்திய நரம்பு மண்டலங்களான மூளைத் தண்டு, சிறு மூளை ஆகிய பகுதிகளில் செல் அழிவு ஆரம்பிக்கும். மூளையின் குறிப்பிட்ட பகுதி சுருங்கலாம்.

- இதன் விளைவாக பார்க்கின்ஸன்ஸ் போன்ற நரம்பியல் நோய்கள் ஏற்படலாம். நீரிழிவு நோயின் தாக்கமும் இருக்கலாம்.

- பல்வேறு நோய்களுக்கு எடுத்துக் கொள்ளப்படும் மருந்துகள் கூட தலைசுற்றலைத் தோற்றுவிக்கலாம். மருந்துகளை மாற்றிக் கொடுத்து நிலையை சீராக்க முயற்சி செய்யலாம். கண் புரை நீக்க (Cataract) அறுவை சிகிச்சை பரிந்துரைக்கப்படும். சில எளிய உடற் பயிற்சிகள் மேற்கொள்ள ஆலோசனை கொடுக்கப்படும். இதனால் சம நிலையில் முன்னேற்றம் தெரியும். விழுந்து அடிபட்டுக் கொள்வது குறையும். தேவையிருப்பின் மருந்துகள் பரிந்துரைக்கப்படும்.

- **குழந்தைகள்**

  பொதுவாக, தலை சுற்றல் குழந்தைகளை அதிகம் பாதிப்பதில்லை. என்றாலும், குழந்தை சரியாக தன் பிரச்னையை எடுத்துரைக்க முடியாமல் போகலாம். அதனாலும் பிரச்னையைப் புரிந்துகொள்ள முடியாமல் போய்விடுகிறது.

  ஆனாலும், உட்செவியின் அசாதாரணத் தன்மை, உட்செவியில் ஏற்படும் காயம், வைரல், பாக்டீரியத் தொற்று, தலைவலி ஆகியவற்றால் தலை சுற்றல் ஏற்படலாம்.

- **கர்ப்பிணிகள்**

  சில பெண்களுக்கு இயல்பைவிட அதிகமான வயிற்றுப் பிரட்டல் மற்றும் வாந்தி இருக்கலாம். இதனால் உடலின் நீர்ச் சத்து குறையும். இயல்பைவிட, தீவிர நீர்ச் சத்து குறைவு ஏற்படும். இதனால் தலை சுற்றல் உணரப்படலாம்.

- நோய்த் தொற்று காரணமாகவும் உள் செவிப் பிரச்னை ஏற்படலாம்.

  ஆனாலும், இந்நிலையில் மருந்துகள் கொடுக்கும்போது மிகவும் முன்னெச்சரிக்கையுடன் கையாள வேண்டும்.

தலையில் கனமான அடி ஏற்பட்ட பிறகு பல்வேறு காரணங் களால் தலை சுற்றல் ஏற்படலாம். கழுத்துத் தசைகளில் ஆழமான காயம் ஏற்படும் போது பிரச்னை அதிகரிக்கும். ஏனெனில், கழுத்துத் தசைப் பகுதியில் இருக்கும் நரம்புகள் (Proprioceptive nerves) தான் உள் செவியின் பகுதியிலிருந்து நாம் நகரும் உணர்வினைத் தொகுப்பாகப் பெறுகிறது. இது பாதிப்படைந்தால் தகவல் சரிவரப் பெறாமல் தலைசுற்றலை உணர்வார்கள்.

16

தடுக்க முடியுமா?

சரி. வெர்டிகோ வந்து விட்டது. ஆனாலும், அதன் தீவிரத்திலிருந்து தப்பிக்க என்ன செய்யலாம்? என்ன செய்யக் கூடாது? பார்க்கலாம்.

- காலையில் கண் விழித்தவுடன், படுக்கையில் ஓரிரு நிமிடங்கள் உட்காரவும். கை, கால்கள் உணர்ச்சியற்று இருக்கலாம். அப்போது உடனே நகர்தல் கூடாது. கை, கால்களை நன்கு அசைக்கவும். அப்போது உடலின் ரத்த ஓட்டம் அதிகரிக்கும். பின் சிறிது உட்கார்ந்து விட்டு எழுந்திருக்கவும்.

- திடீரென கடுமையான தலை சுற்றல் ஏற்பட்டால், அப்படியே உட்கார்ந்து விடவும். நகர வேண்டாம். இது தலை சுற்றலின் தீவிரத்தைக் குறைக்கும்.

- தலை சுற்றலின் தீவிரம் குறைந்திருக்கும் போது, எளிமையான உடற்பயிற்சி, நடை பயிற்சிகளை மேற்கொள்ளத் தவற வேண்டாம். நிலை தடுமாறாமல் இருக்க உடல் தசைகளை வலுவில் வைக்க உடற் பயிற்சிகள் உதவும்.

- தட்டையான காலணிகளையே பயன்படுத்தவும். குதி உள்ள காலணிகளைத் தவிர்க்கவும்.

- கையில் டார்ச் எப்போதும் வைத்திருக்கவும். இருட்டில் நடக்க நேர்ந்தால், அப்போது உங்கள் மூளை குழம்பி, உங்களை நிலை தடுமாறச் செய்யலாம்.

- தரை சமமாக உள்ள இடத்திலேயே நடக்கவும். மேடும், பள்ளமுமாக உள்ள இடத்தில் நடக்க வேண்டாம்.

- குளியலறையில், பிடித்துக்கொள்ள ஸ்டீல் கம்பிகள் மற்றும் வழுக்கி விழாமல் இருக்க சொரசொரப்பான கால் மிதி(mat)களைப் பயன்படுத்தவும்.

- உணவில் உப்பைக் குறைக்கவும். இதனால் உடலில் திரவம் குறையும். அதிக திரவம் உடலில் இருக்கும்போது, செவியின் உள் பகுதி, கால்கள் ஆகியவற்றில் வீக்கத்தை ஏற்படுத்தும். இது வெர்டிகோவை உண்டாக்கும்.

- மதுவை முற்றிலும் தவிர்க்கவும். மது, தலைசுற்றலைத் தீவிரப்படுத்தும்.

- தினமும் 10-12 டம்ளர் தண்ணீர் பருகவும். உடலில் நீர்ச் சத்து குறைதல், தலை சுற்றல் ஏற்படுத்தலாம்.

- தினம் குறைந்தது 7-8 மணி நேரமாவது நன்கு தூங்கவும்.

- மனத்திற்குப் பிடித்த பொழுது போக்குகளில் ஈடுபடுத்திக் கொண்டு மன அழுத்தத்தைக் குறைத்துக்கொள்ளவும். படபடப்பு, மன அழுத்தம் உள்ளவர்களுக்குத் தலை சுற்றல் அதிகம் ஏற்படும்.

- ரத்த அழுத்தம், நீரிழிவு ஆகிய நிலைகளுக்கு எடுத்துக் கொள்ளப்படும் மருந்துகள்கூட தலைசுற்றலை ஏற்படுத்தலாம். அவ்வப்போது மருத்துவரிடம் இது குறித்து ஆலோசனை பெறவும்.

- புகை, புகையிலை, பாக்கு ஆகியவைகளை விட்டொழிக்கவும்.

- நிறைய காய்கறி மற்றும் பழங்களை உணவில் சேர்க்கவும்.

- திடீரென உலுக்கலுக்கு உள்ளாக்கும் இயக்கங்களைத் தவிர்க்கவும்.

- தலையைப் பின்புறமாகச் சாய்த்தவாறு அதிக நேரம் இருக்க வேண்டாம்.

- பாதிக்கப்பட்ட பகுதியின் பக்கம் தூங்க வேண்டாம்.

- தலையணை சற்று மெல்லியதாக இருக்கட்டும்.

- கண்களை அவ்வப்போது பரிசோதிக்கவும்.

- நீண்ட நேரம் கம்ப்யூட்டரில் வேலை செய்பவர்களுக்கு வெர்டிகோ வர வாய்ப்புண்டு. அவ்வப்போது தூரத்தில் இருக்கும் பொருளையோ காட்சியையோ 10 நிமிடங்கள் பார்க்கவும்.

- ஆக்ஸிஜன் அளவு குறையும்போதும் வெர்டிகோ ஏற்படலாம். இருக்குமிடம் காற்றோட்டம் நிறைந்ததாக இருக்க வேண்டும். மேற்கூறியவை தவிர, டாக்டர் ஏ.வி. ஸ்ரீனிவாசனின் ஆத்திச் சூடியைப் பின்பற்றினாலும் நோயைத் தடுக்கலாம். அவை:

- **அன்பே சிவம்**

பிற உயிர்களிடம் செலுத்தும் அன்பின் மூலம் கடவுளைக் காணலாம். அன்பு இருக்கும் மனத்தில் தேவையற்ற பதற்றம், கோபம், போட்டி, பொறமை இருக்காது. மன அமைதி இருக்கும். நோய்கள் நெருங்காது.

- **ஆணவமே அழிவு**

தான் என்ற கர்வம் இல்லாமல் இருப்பவர் எளிதில் எல்லா இடங்களி லும் வெற்றி பெறலாம். ஆணவம் எப்போதும் அழிவையே தரும்.

- **இல்லறமே நல்லறம்**

பொதுவாக, கோபப்படுபவர்களுக்கு ஆயுள் குறைவு என்று சொல்வார் கள். மேலும், கோபத்தில் தான் செய்யும் காரியங்களையும் சொல்லும் வார்த்தைகளையும் மதியிழந்து செய்வதால் வீணாக எதிரிகளையே சம்பாதிப்பார்கள். இன்முகத்துடன் இருந்தால் எதிரிகளும் நண்பர்கள் ஆவர்.

- **ஈதலுடன் வாழ்க**

தன்னிடம் உள்ள கல்வி, ஞானம், பொருள், பணம் போன்றவற்றை இல்லாதவர்களுக்குக் கொடுக்கும்போது

ஏற்படும் மன நிறைவு வேறு எதிலும் கிடைக்காது. அதுவே அறிவைக் கொடுக்கும்போது இரட்டிப்பாகும்.

● உண்பதில் எளிமை

இப்போதுள்ள பல்வேறு வியாதிகளுக்கு அடிப்படைக் காரணமே உணவு முறையில் ஏற்படும் மாற்றம்தான். மேற்கத்திய கலாச்சாரம் என்ற பெயரில் பீட்ஸா, பர்கர் என்று கலோரி அதிகம் உள்ள உணவு களையும், எண்ணெய்ப் பொருள்களையும் முக்கிய உணவாகக் கொண்டு விட்டோம்.

ஆனால், எளிதில் கிடைக்கக்கூடிய கீரைகள், காய்கறிகள், பழங்கள் ஆகியவற்றைச் சாப்பிட்டாலே போதும். உடலுக்குத் தேவையான சத்து களும் கிடைக்கும். நாள்தோறும் புத்துணர்ச்சியுடனும் இருக்கலாம்.

● ஊக்கமே உயர்வு

ஊக்கம் நம் ஒவ்வொரு செயலிலும் இருக்கவேண்டும். இது என்னால் முடியாதா? ஏன்? என்று நம்மை நாமே ஊக்குவித்துக் கொண்டு செயல்படும்போது, எதிலும் வெற்றிதான்.

● எண்ணிய பின் செய்க

'எண்ணம் போல் வாழ்வு' என்று சொல்கிறோம். இதனால், எந்த ஒரு செயலாக இருந்தாலும் அதை மனத்தில் நன்கு நிறுத்தி ஆராய்ந்த பிறகு செயல்படுத்துவதே நல்லது. அப்படிச் செய்தால், பெரும்பாலும் அது தவறாகப் போகவே போகாது.

● ஏக்கத்துடன் வாழாதே

அதோ அவருக்குக் கிடைத்துவிட்டது. இதோ இவருக்குக் கிடைத்து விட்டது. எனக்கு மட்டும் கிடைக்கவில்லையே என்று பெரும்பாலான வர்கள் மற்றவர்களுடன் தங்களை ஒப்பிட்டுப் பார்த்துக்கொண்டே இருப்பார்கள். இதனால், மன அமைதியை இழக்க நேரிடும். முழுமை யாக வாழ முடியாது. அதனால், கிடைத்தது போதும் என்று இருப்பதே நல்லது.

● ஐயப்பாடு தவிர்

எப்போதும், தன்னுடைய திறமையிலும் பிறரது திறமையிலும் ஐயம் கொள்ளாமல் இருக்க வேண்டும். அது

மட்டுமின்றி மனைவி, குழந்தை முதல் வேலையாள்வரை சிலர் சந்தேகக் கண்ணோட்டத்துடன் பார்ப்பது உண்டு. இதனால் எப்போதும் பிரச்னைதான்.

- **ஒழுக்கத்துடன் வாழ்க**

  கண்டதைச் சாப்பிடுவது, புகை பிடிப்பது, மது அருந்துதல், வெற்றிலை பாக்கு, பீடா போடுவது, பிற பெண்களுடன் தொடர்பு எனத் தவறான பழக்க வழக்கங்களைத் தவிர்த்தாலே, முக்கால்வாசி நோய்கள் வராமல் தடுத்து விடலாம்.

- **ஓடு அல்லது உடற்பயிற்சி செய்க**

  இப்போதைய உலகத்தின் தாரக மந்திரமே உடற்பயிற்சிதான். உடல் உழைப்பு குறைந்த நிலையில் பல்வேறு வியாதிகளும் போட்டி போட்டுக் கொண்டு முற்றுகையிட வாய்ப்புண்டு. அதற்கு இடம் தராமல் ஓட்டப் பயிற்சி, யோகா, தினம் போன்றவற்றைச் செய்து வர வேண்டும். குறைந்தபட்சம் துரித நடைப் பயிற்சி மேற்கொள்வது நல்லது.

- **ஔடதம் தவிர்**

  மேற்கூறியவற்றை வாழ்வில் கடைப்பிடித்து வந்தால் மருந்துகளின் பக்கமே போக வேண்டாம்.

- **அஃதே அறிவு**

17

தடைகளைத் தாண்டி

வெர்டிகோ ஒன்றும் நோயாளியை அப்படியே முடக்கிப் போட்டு விடும் நோய் அல்ல. தகுந்த சிகிச்சை எடுத்துக்கொண்டால், வாழ்வில் சாதிக்க வழி உண்டு. உலகில் எத்தனையோ மேதாவிகள் இப் பிரச்னையுடன் போராடிக்கொண்டு சாதனை படைத் திருக்கிறார்கள். படைத்து வருகிறார்கள். அவர்களின் பட்டியலைக் கீழே காணலாம்.

1. வின்சென்ட் வான்கா (Vincent Van Gogh (1853-1890)

டச் நாட்டைச் சேர்ந்த மிகச் சிறந்த கலைஞர். உலகின் மிகச் சிறந்த ஓவியங்களைப் படைத்தவர். இவரது படைப்புக்கள் 2000க்கும் மேல். இவர் தலை சுற்றல் மற்றும் மன அழுத்தத்தால் பாதிக்கப்பட்டவர். காதுப் பிரச்னையால் தன் காதையே வெட்டிக் கொண்டவர். அந்நிலையிலும் தன் படைப்பை நிறுத்தவில்லை. பாவம், வாழும் காலத்தில் ஒரு ரொட்டித் துண்டுக்காக படாத பாடு பட்டு ஏழ்மையில் காலத்தைக் கழித்தவர் வான்கா. தன் 37ஆவது வயதில் தற்கொலை செய்து கொண்டார். ஆனால், அவர் இறந்த பிறகு அவரது படைப்புகள் கோடிக் கணக்கில் விலை கூறி ஏலம் விடப்பட்டன.

2. ரொனால்ட் ரீகன் (Ronald Reagan)

முன்னாள் அமெரிக்க ஜனாதிபதி. ஒரு முறை தவறுதலாக காதருகே சுட்டுக்கொண்டுவிட்டார். அதிலிருந்து அவரது காதில் ஏதோ ரீங்கார ஒலி கேட்பது போன்ற உணர்வுடனே வாழ்நாளைக் கழித்தார். ஆனாலும், வாழ்நாள்வரை அனைவரும் விரும்பும் தலைவராகவே இருந்தார்.

3. அலன் ஷெபர்டு (Alan Shephard (1923-1998)

விண்வெளியில் கால் பதித்த முதல் அமெரிக்கர். அவருக்கு மெனியர்ஸ் நோய் இருந்தது கண்டறியப்பட்டது. தலை சுற்றல், வாந்தி போன்ற பிரச்னையால் விமானம் ஏற முடியாமல் மிகவும் சிரமப்பட்டார் அலன். பிறகு அறுவை சிகிச்சை மேற்கொண்டார். அதன் பிறகு நாஸாவின் (NASA) விண்வெளி ஆய்வாளர் அலுவலகத்தின் தலைமை அதிகாரியாக உயர்ந்த பதவியை வகித்தார். தன் 47ஆவது வயதில் அப்போலோ - 14 என்ற திட்டத்தின் கீழ் விண்வெளி சென்று திரும்பினார்.

4. டேவிட் அல்ஸ்டெட் (David Alstead)

இவர் ஒரு மிகச் சிறந்த பியானோ கலைஞர். வெர்டிகோவால் பாதிக்கப்பட்டார். இவருக்கு 19 வயதில் காதில் ஒரு அறுவை சிகிச்சை நடந்தது. அது தோல்வியுற்று, இடது காது கேட்கும் திறனை முற்றிலுமாக இழந்தார். இருப்பினும் இவர் பியானோவை விட்டு விடவில்லை. இது மட்டுமில்லை. இவரது எழுத்துக்களும் உலகப் புகழ் பெற்றவை. பல கச்சேரிகளும் செய்து வருகிறார்.

5. எமிலி டிக்கின்ஸன் (Emily Dickinson (1830-1886)

இவர் மிகச் சிறந்த கவிஞர். ஆயிரத்துக்கும் மேற்பட்ட கவிதை களை எழுதியவர். இவர் வெர்டிகோவால் பாதிக்கப்பட்டவர். ஆனாலும், தன் வாழ்நாள் முழுவதும் கவிதை எழுதி, அமெரிக்காவின் மிகச் சிறந்த கவிஞராகத் திகழ்ந்தார்.

6. ஸ்டீவ் ஃப்ரான்ஸிஸ் (Steve Francis)

அமெரிக்காவின் மிகச் சிறந்த கூடைப் பந்து விளையாட்டு வீரர். மெனியர்ஸ் நோயால் அவதிப்பட்டு வந்தபோதும், பல முக்கிய பந்தயங்களில் வெற்றி பெற்று நாட்டைப் பெருமைப்படுத்திய

வீரர் ஆவார். மைக்ரேன் தலைவலியாலும் அவதிப்பட்டவர் இவர்.

7. டனா டேவிஸ் (Dana Davis)

அறிவியலை மையமாக வைத்து இவர் எழுதிய புத்தகங்கள் நான்கு முறை விருதுகள் வென்றுள்ளன. 2003இல் வெர்டிகோவால் பாதிக்கப் பட்டார். அது மட்டுமல்ல, காதில் ரீங்காரமிடும் ஒலியால் மிகவும் அவதியுற்று வந்தார். மெனியர்ஸ் நோய் கண்டறியப்பட்டது. ஆனாலும், எழுத்து தவிர, படிப்பது, பல இடங்களுக்குப் பயணிப்பது, நீந்துவது எனப் பல வழிகளில் நோயிலிருந்து தன்னை திசை திருப்பிக் கொண்டார்.

8. ஆன்ட்ரூ நைட் (Andrew Knight)

1939இல் பிறந்த இவர் உலகப் புகழ் பெற்ற 'தி எகனாமிஸ்ட்' என்னும் பத்திரிகையின் எடிட்டராக இருந்தார். மிகச் சிறிய வயதில் இப்பொறுப்பை வகித்தவர் என்ற பெருமைக்குரியவர். இவர் 'கை வைத்தாலே தங்கமாய் மாறும்' என்ற சொல்லும் அளவுக்கு அடுத்தடுத்து அவர் நடத்திய பத்திரிகைகள் இங்கிலாந்தில் கொடி கட்டிப் பறந்தன. வாழ்நாள் முழுவதும் வெர்டிகோவால் அவதியுற்று வந்த ஆன்ட்ரூ நைட் தன் வாழ்நாள் முழுவதும் வெற்றிக் கொடி கட்டிப் பறந்தார்.

9. டேவிட் காபிதோர்ன் (David Copithorne)

டேவிட் பள்ளி செல்லும் வயதில் தன் செவித் திறனை இழந்தார். மெனியர்ஸ் நோய்தான் காரணம் என அறியப்பட்டது. இப் பிரச்னை அவருக்கு மட்டுமல்ல, காலப் போக்கில் அவரது குடும்பத்தினர் அனைவரும் இந்நோயால் பாதிக்கப்பட்டனர். இன்று, உலகின் அனைத்துக் காது கேளாதோருக்காக ஹியரிங்மோஜோ.காம் (Hearingmojo.com) எனும் இணைய தளத்தை வெற்றிகரமாக நடத்தி வருகிறார்.

18

கேள்வி – பதில்

1. வெர்டிகோ என்றால் என்ன?

நீங்கள் நகராவிட்டாலும், உங்களைச் சுற்றி எல்லாம் சுழல்வதுபோல உங்களை உணரச் செய்யும் உணர்வே வெர்டிகோ எனப்படும்.

2. வெர்டிகோ எதனால் ஏற்படுகிறது?

செவியின் உட் பகுதியில், திரவக் குழாய், நரம்புகளடங்கிய சிறு உறுப்புதான் நாம் இருக்கும் நிலையை நம்மை அறியச் செய்கிறது. இப்பகுதிகள் சேதமடைந்தால் வெர்டிகோ ஏற்படுகிறது. மேலும்...

- உட்செவியில் திரவக் குழாயில் இருக்கும் திரவத்தில் சிறு க்ரிஸ்டல்கள் மிதந்து கொண்டிருக்கும். இவை இவ்விடத்தை விட்டு நகர்ந்தால்,

- நோய் தொற்று காரணமாக நரம்பு புடைத்துக் கொள்ளும் போது,

- மெனியர்ஸ் வியாதியினால்,

- மைக்ரேன் எனப்படும் தலைவலி, பக்க வாதம், மூளையில் கட்டி,

- அதிக அளவில் மது உட்கொள்ளுதல்,

- உளவியல் ரீதியான பிரச்னைகள்

இவையெல்லாமும் காரணங்களாக இருக்கலாம்.

3. வெர்டிகோவின் அறிகுறி என்ன?

நீங்களும் உங்களைச் சுற்றி உள்ளவைகளும் சுழல்வதை உணரலாம். உங்களைக் கீழ் நோக்கி யாரோ இழுப்பதுபோல் உணர்வீர்கள். படுக்கையில் திரும்பிப் படுக்கும்போதோ, கழுத்தைத் திருப்பும் போதோ இவ்வுணர்வு இருக்கலாம். மேலும்,

- வயிற்றுப் பிரட்டல், வாந்தி,

- நிலை தடுமாறுதல்,

- பழகிய வெளிச்சம் மற்றும் சத்தத்தைச் சகிக்க முடியாமை,

- களைப்பு, உடல் நலிவு, வாய் குளறல், பார்வைக் கோளாறு, நடப்பதில் பிரச்னை, அதிக தூக்கம்,

- தலைவலி,

- செவித் திறன் குறைவு, காது வலி அல்லது காதில் ரீங்கார சத்தம்,

- கண் விழி இயல்புக்கு மாறாக வேகமாக இயங்குதல் போன்றவை வெர்டிகோவின் அறிகுறியாகும்.

4. வெர்டிகோ எவ்வாறு கண்டறியப்படுகிறது?

தலைசுற்றல் எவ்வளவு நேரம் நீடிக்கிறது? எந்நிலையில் தலை சுற்றல் ஏற்பட்டது? என மருத்துவர் பல்வேறு கேள்விகளைக் கேட்பார். அது மட்டுமின்றி, உங்களது தினசரி அலுவல்கள், வாழ்க்கை முறை, எடுத்துக்கொள்ளப்படும் மருந்துகள் எனக் கேட்டறிவார். கீழ்க்காணும் சோதனைகளும் செய்யப்படலாம்.

- **மின் விழியியக்க அலகீடு** (Electro Nystagmography)

நிலை தடுமாற்றம், தலை சுற்றல் இருக்கும்போது இச் சோதனை மேற்கொள்ளப்படும். கண்களைச் சுற்றிய பகுதியில் பசையோடுள்ள சிறு அட்டைகள் ஒட்டப்படும். இவ்வட்டைகள் மின்சாரக் கம்பியுடன் (wire) இணைக்கப்பட்டிருக்கும். இந்தக்

கம்பியின் மறு முனை, சோதனையின்போது தகவல்களைப் பதிவு செய்யும் மெஷினுடன் இணைக்கப்பட்டிருக்கும். இச் சோதனையின்போது கண்ணின் (விழியின்) இயக்கத்தைப் பதிவு செய்யும்போது காதில் நீர் ஊற்றி மேற்கொள்ளப்படும். இச்சோதனைக்கு முன் மது அருந்துதலோ, வயிறு நிரம்ப சாப்பிடுவதோ கூடாது. ஏனெனில், சோதனைக்குப் பிறகு வயிற்றுப் பிரட்டலும் வாந்தியும் ஏற்படலாம்.

- ஒலியுணர்வுக்கு மூளைத் தண்டு துலங்கல் சோதனை (Auditory Brainstem Response Test (ABR))

  காதில் மாட்டிய ஹெட் செட்டில் பல்வேறு ஒலிகள் ஏற்படுத்தப்படும். இவ்வொலிகளை காதின் உள் உறுப்புகள் எவ்வாறு உள் வாங்கிக் கொள்கின்றன என்று அதற்கான கருவி மூலம் அளக்கப்படும்.

- தேவையிருப்பின், CT ஸ்கேன் மற்றும் MRI சோதனைகள் பரிந்துரைக்கப்படும்.

5. வெர்டிகோவுக்கு அளிக்கப்படும் சிகிச்சை என்ன?

எந்தக் காரணத்தினால் வெர்டிகோ ஏற்பட்டிருக்கிறது என்று கண்டுபிடிக்க வேண்டும். அதற்கேற்ப சிகிச்சை அளிக்கப்படும் அறிகுறிகளான வயிற்றுப் பிரட்டல், வாந்தி, தலை வலி போன்ற பிரச்னைகளைப் போக்க முதலில் மருந்துகள் கொடுக்கப்படும்.

நோய்த் தொற்று இருப்பது அறியப்பட்டாலும் மருந்துகள் கொடுக்கப்படும். செவியின் உட்பகுதி மற்றும் மூளையில் கோளாறு இருந்தால், தேவையிருப்பின் அறுவை சிகிச்சைக்குப் பரிந்துரைக்கப்படும்.

6. எப்போது மருத்துவரை நாட வேண்டும்?

- முகத்தின் ஒரு பகுதி உணர்ச்சியற்று இருந்தால்,

- கை, கால்கள் வலுவற்று இருந்தால்,

- குழப்ப நிலை, பேச்சுக் குளறல்,

- தலை சுற்றல், கடுமையான தலை வலி, பார்வைக் குறைபாடு அல்லது பார்வையிழப்பு,

- காதிலிருந்து ரத்தம் வேறு திரவமோ கசிந்தால்,

- செவித் திறன் குறைந்தால்,
- காதில் ரீங்கார ஒலி இருந்தால்,

உடனே மருத்துவரை அணுகவும்.

7. கர்ப்பிணிகளுக்கு ஏற்படும் தலை சுற்றல் வெர்டிகோவைச் சார்ந்ததா?

கர்ப்பிணிகளுக்குத் தலை சுற்றல், வயிற்றுப் பிரட்டல், வாந்தி என்பது இயல்பான ஒன்று. அது வெர்டிகோவைச் சாராது. ஆனால், அரிதாக, சிலருக்கு அளவுக்கு மீறி வாந்தி இருக்கலாம். இது கர்ப்ப கால இறுதி வரை தொடரக் கூடும். அதனால், உடலின் நீர்ச் சத்து மிக மிகக் குறைந்து விடும். அப்போது வெர்டிகோ ஏற்படலாம்.

8. உட்கார்ந்து விட்டு எழும்போது தலை சுற்றல் ஏற்படுகிறது. இது வெர்டிகோவா?

பொதுவாக 50 வயதிற்கு மேற்பட்டோர் நீண்ட நேரம் உட்கார்ந்து விட்டு எழும் போதோ, குனிந்து நிமிரும் போதோ தலை சுற்றலை அனுபவிப்பதுண்டு. மூளைக்குச் செல்லும் ரத்தத்தின் அழுத்தம் குறைவதே இதற்குக் காரணம். இது வெர்டிகோ அல்ல.

9. நான் வேலை சம்பந்தமாக, பல இடங்களுக்குப் பயணம் செய்பவன். ஆனால், கார், விமானம் என எதில் பயணம் செய்தாலும் எனக்குத் தலை சுற்றுகிறது. இது வெர்டிகோவா?

இது மோஷன் சிக்னெஸ் (Motion Sickness) எனப்படும் நிலை ஆகும். இது வெர்டிகோ அல்ல.

மருத்துவரைச் சந்திக்கச் செல்லும்போது....

தலைசுற்றல் வந்த நிலையில் மருத்துவரை சந்திக்கும்போது, கீழ்க்கண்ட கேள்வி-பதில் படிவத்தை நிரப்பி எடுத்துச் செல்லவும். இது மருத்துவருக்கு உங்கள் நிலையைப் புரிந்து கொள்ள உதவும். அது மட்டுமல்ல, உங்களுக்கும் சந்தேகமின்றி அனைத்தையும் மருத்துவரிடம் சொல்லி விட்ட நிம்மதி இருக்கும்.

1. முதன்முதலில் உங்களுக்குத் தலை சுற்றல் ஏற்பட்டபோது, உங்களுக்கு ஏற்பட்ட அனுபவத்தை விவரிக்கவும்.

2. கீழே கொடுக்கப்பட்ட அட்டவணையைப் பூர்த்தி செய்யவும். பிரச்னையின் தீவிரத்தைப் பொறுத்து 0-10 முதல் மதிப்பெண் அளிக்கவும்.

	உண்டு/இல்லை அறிகுறி (1-10) மதிப்பெண்
தலை சுற்றல்	
பார்வை மாற்றம் அடிக்கடி விழுதல்	
செவித் திறன் இழத்தல்	
சுழல்தல்	
தலை வலி	
செவியில் ரீங்காரம்	

இரட்டைப் பார்வை

தலை லேசாக இருத்தல்

களைப்பு

மூளைக் கலக்கம்

காதுகள் அடைப்பது

முன்-பின் அசைப்பது கவிழ்ப்பது

நிலையின்மை

மயக்கம் மற்றும் பிற பிரச்னைகள்

3.   இப்போதைய நோயைப் பற்றிய பின்னணியை விவரிக்கவும்.

a)   பிரச்னை எப்போது ஆரம்பித்தது?

b)   தலைக் காயம் போன்ற பிரச்னையின் தொடர்பாக
     ஏற்பட்டதா? ஆம் என்றால் விவரிக்கவும்.

c)   திடீரென நிகழ்ந்ததா? சிறிது சிறிதாக ஆரம்பித்ததா?

d)   பிரச்னை அப்படியே தொடர்கிறது? அல்லது அவ்வப்போது
     தலை சுற்றல் வந்து போகிறதா? அவ்வப்போது வருகிற
     தென்றால், எத்தனை மணி(நாள்)க்கொரு முறை வருகிறது?

e)   வந்து எவ்வளவு நேரம் நீடிக்கிறது?

f)   வருவதற்கு முன் ஏதேனும் எச்சரிக்கை அறிகுறி தெரிகிறதா?
     ஆம் என்றால் விவரிக்கவும்.

g)   ஒரு முறைக்கும் அடுத்த முறைக்கும் இடையே எவ்வித
     அறிகுறியும் இன்றி இயல்பாக இருக்கிறீர்களா?

h)   உங்கள் நிலையை மாற்றும்போது அறிகுறிகளை
     உணர்கிறீர்களா?

       உண்டு/இல்லை   **நிலை**

உடலை இடது புறம் திருப்பும்போது

உடலை வலது புறம் திருப்பும்போது

படுக்கையிலிருந்து எழுந்து உட்காரும்போது

தலையைப் பின்னால் சாய்த்து உயரே பார்க்கும்போது

தலையை இரு பக்கமும் திருப்பிப் பார்க்கும்போது

உடலை வளைத்துத் தலையை முன்னோக்கி குனியும்போது

i)   ஏதாவது காரணத்தினால் பிரச்னையின் தாக்கம் குறைகிறதா?

j)   ஏதாவது குறிப்பிட்ட காரணத்தினால் பிரச்னையின் தாக்கம் அதிகரிக்கிறதா?

ஆம் என்றால் விவரிக்கவும்: அட்டவணை:

உண்டு/இல்லை   நிலை/இயக்கம்

தலையை அசைக்கும்போது

இரு, நான்கு சக்கர வாகனங்களை ஓட்டும்போது

அதிக சத்தத்தைக் கேட்க நேரும்போது

நிற்கும்போது

நாளின் குறிப்பிட்ட நேரத்தில்

மன அழுத்தத்தில்

உடற் பயிற்சியின்போது

அதிக கூட்டத்தில்

இருமல், மூக்கைச் சிந்தும்போது

குறிப்பிட்ட உணவை உட்கொள்ளும்போது

மாத விலக்கின்போது

இன்ன பிற இயக்கம் மற்றும் நிலைகள்

k)   பிரச்னையின்போது நீங்களே நிற்க, நடக்க முடிகிறதா?

l)   இப்பிரச்னையால் விழுந்து காயமடைந்திருக்கிறீர்களா?

m)   கீழ்க்கண்ட பிரச்னைகள் ஏதேனும் உங்களுக்கு உண்டா?

உண்டு/இல்லை   அறிகுறிகள்

மைக்ரேன் தலைவலி?

(Multiple Sclerosis) உடலின் பல்வேறு உறுப்புகளும் கடினமாதல்

உட்காயம் (Concussin)

விழி மிகை அழுத்தம் (Glaucoma)

வலிப்பு

நரம்பு இயக்கத் தடை (neropathy)

மன அழுத்தம்

விழியில் ஏற்படும் பிரச்னைகள்

கட்டி

பயம், பதட்டம் தொடர்பான பிரச்னைகள்

கழுத்தெலும்பு தேய்வு

பார்க்கின்ஸன்ஸ் நோய்

பக்கவாதம்

இதய நோய்

நீரிழிவு நோய்

தள்ளாட்டம் (Ataxia)

n) சமீபத்தில் உங்கள் பார்வைத் திறனில் ஏதேனும் மாற்றம் ஏற்பட்டுள்ளதா?

4. காது தொடர்பான பிரச்னை ஏதும் உண்டா? விவரிக்கவும்.

a) செவித் திறன் குறைந்திருப்பதை உணர்கிறீர்களா? ஒரு காதில் மட்டுமா? இரு காதிலுமா? எப்போது இது ஆரம்பித்தது?

செவித் திறன் குறைவதை உணர்ந்தீர்களா?தலை சுற்றல் ஆரம்பித்தபோது, செவித் திறன் குறைவதை உணர்ந்தீர்களா?

b) தலை சுற்றலின்போதோ, நிலை தடுமாறும்போதோ கீழ்க்கண்ட அறிகுறிகள் இருந்தனவா?

அறிகுறி   ஆம்/இல்லை

மிதப்பது போன்ற உணர்வு

உங்களைச் சுற்றியிருப்பவை சுழல்வது போன்ற உணர்வு

உங்களைச் சுற்றியிருப்பவை சுழலும்போது நீங்கள் நிலையாயிருப்பது போன்ற உணர்வு

வயிற்றுப் பிரட்டல், வாந்தி, கை, பாதம் மற்றும் உதட்டில் சிலிர்க்கும் உணர்வு

c) நடக்கும்போது வலப் பக்கம் தள்ளுகிறதா? இடப் பக்கம் தள்ளுகிறதா? நேராக நடக்கிறீர்களா?

d) தற்போதைய பிரச்னைக்கு மருத்துவர்கள் யாரையேனும் ஆலோசித்தீர்களா? ஆம் எனில், யாரை?

* பொது நல மருத்துவரா?

* காது, மூக்கு, தொண்டை நிபுணரா?

* நரம்பியல் நிபுணரா?

* இதய நோய் சிறப்பு மருத்துவா?

கீழ்க்காணும் சோதனைகள் உங்களுக்கு மேற்கொள்ளப்பட்டதா?

ஆம் சோதனை/சிகிச்சை – எப்போது எங்கே முடிவுகள்

ENG/VNC

CT ஸ்கேன்

செவித் திறன் சோதனை

சீர்திருத்தச் சிகிச்சை (PR or OT)

e) நீங்கள் மருத்துவரிடம் குறிப்பாக ஏதேனும் சொல்ல விரும்புகிறீர்களா?

5. வாழ்க்கை முறை தொடர்பான கேள்விகள்:

இது மருத்துவர் சிகிச்சைக்கு திட்டமிட உதவும்.

a) தற்போது உங்கள் வேலை முறை குறித்து விவரிக்கவும்: முழு நேர, பகுதி நேர, வேலையில் இல்லை, மாற்றுத் திறன், ஓய்வு பெற்ற நிலை.

b) உங்கள் தற்போதைய மற்றும் முந்தைய இயக்க அளவை விவரிக்கவும்:

தற்போது: இயக்கமின்மை, எளிமையான இயக்கங்கள், சாதாரணமாக, தீவிரமாக.

முந்தைய இயக்க நிலை

இயக்கமின்மை, எளிமையான இயக்கம், சாதாரணமாக மற்றும் தீவிரமாக.

தற்போது உங்களது இயக்க அளவு

இயக்கமின்மை மற்றும் எளிய இயக்கம் எனும் நிலையில் இருந்தால் கீழே காண்பவற்றில் எது தடையாக இருப்பதாக உணர்கிறீர்கள்:

- தலை சுற்றல்

- நிலை தடுமாறுதல்

- விழுந்து விடுவோம் என்ற பயம்

- சக்தியின்மை

- மற்றும் பிற

c) பழக்க வழக்கங்கள்

- காபி - இல்லை, ஆம். ஆம் எனில், ஒரு நாளில் எத்தனை முறை?

- புகையிலை - இல்லை, ஆம். ஆம் எனில் ஒரு நாளில் எடுத்துக் கொள்ளப்படும் அளவு.

- ஆல்கஹால் (மது) - இல்லை. ஆம். ஆம் எனில் ஒரு நாளில்/ வாரத்தில் எடுத்துக் கொள்ளப்படும் அளவு.

- போதை - இல்லை. ஆம். ஆம் எனில் எடுத்துக் கொள்ளப்படும் அளவு. எத்தனை நாட்களாக உண்டு.

- மருந்துகள்: இல்லை ஆம் எனில் என்ன என்ன மருந்துகள் எவ்வளவு நாட்களாக எடுத்துக்கொண்டு வருகிறீர்கள்?

இதற்குப் பதில் எழுதி எடுத்துக்கொண்டு போனாலே போதும். மருத்துவர் மேற்கொண்டு சிகிச்சை அளிக்க மிகவும் உறுதுணையாக இருக்கும்.

மருத்துவர் மட்டுமல்ல. நோயாளிகளும் மருத்துவரிடம் நோய் குறித்த சந்தேகங்களையும் கேள்விகளையும் கேட்க விரும்பலாம். அவற்றைக் கீழே பார்க்கலாம்.

- என் தலைசுற்றலுக்கு எது காரணமாக இருக்கும் என நினைக்கிறீர்கள்? ஏன்?

- என் தலை சுற்றலுக்குக் காரணமான என் இயக்கம் என்னவாக இருக்கும்? அதை குறைத்துக் கொள்வதாலோ முற்றிலும் தவிர்ப் பதாலோ தலைசுற்றலிலிருந்து தப்பிக்க முடியுமா?

- தலைசுற்றலைத் தோற்றுவிக்கும் காரணிகள் கண்டறியப்பட எவ்விதமான சோதனைகள் மற்றும் மதிப்பீடுகள் செய்யப்படும்?

- இச் சோதனைகளுக்கு நான் எவ்விதம் என்னைத் தயார் செய்து கொள்ள வேண்டும்?

- தலைசுற்றல் நிபுணரைப் பார்க்க என்னைப் பரிந்துரைக் கிறீர்களா? ஏன்? ஏன் வேண்டாம்?

- தலைசுற்றலுடன் வேறு என்ன பிரச்னைகள் வர வாய்ப்புண்டு?

- புதிய அறிகுறிகள் தெரிந்தாலோ நிலைமை தீவிரமானாலோ நான் என்ன செய்ய வேண்டும்?

- என் தலைசுற்றல், சிகிச்சையினால் சரி செய்யக் கூடியதா?

- என்ன மாதிரியான சிகிச்சையை எனக்குப் பரிந்துரைக் கிறீர்கள்? ஏன்?

- இச் சிகிச்சை பலனளிக்காவிட்டால் வேறு எந்த சிகிச்சையைப் பரிந்துரைப்பீர்கள்?

- தலைசுற்றல் சீர்திருத்தச் சிகிச்சை எடுத்துக்கொள்ள வேண்டுமா? வேண்டுமெனில் எவ்வளவு காலம் எடுத்துக் கொள்ள வேண்டும்?

- மருந்துகள் பயனளிக்குமா? எம்மாதிரியான மருந்துகள்?

- மருந்துகளின் பக்க விளைவுகள் என்ன?

- பக்க விளைவுகளின்போது நான் என்ன செய்ய வேண்டும்?

- அறுவை சிகிச்சை பலன் தருமா?

- அறுவை சிகிச்சை வேண்டுமெனில், அதற்கு எவ்வாறு என்னைத் தயார்ப்படுத்திக் கொள்வது?

- அறுவை சிகிச்சைக்குப் பிறகு தலைசுற்றல் முற்றிலும் நின்று விடுமா?

- அறுவை சிகிச்சைக்குப் பிறகு, பிரச்னை அதிகமானால் நான் என்ன செய்வது?

- வேறு புதிய சிகிச்சையை மேற்கொள்ள பரிந்துரைப்பீர்களா?

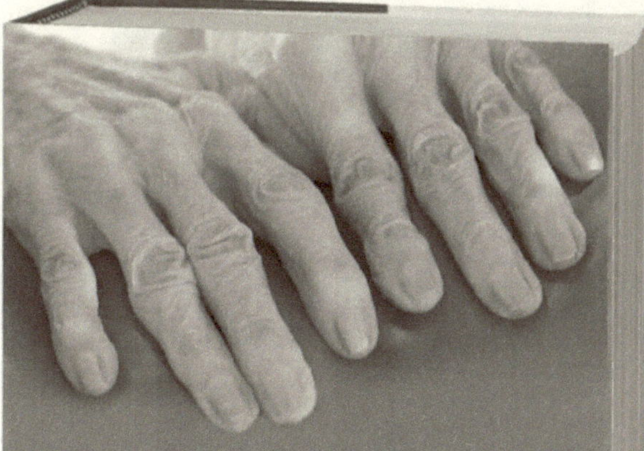

பார்க்கின்ஸன்ஸ்
பயங்கரம்

டாக்டர் ஏ.வி. ஸ்ரீனிவாசன்

நினைவாற்றல் நிரந்தரமா?

எல்லாம் 'மறந்து போய்' மனத்தளவில் குழந்தையாகிவிடும் அல்ஸைமர் நோயாளிகளின் பிரச்னைகளை அலசி அவர்களின் நிம்மதியான வாழ்க்கைக்கு அடிகோலுகிறது இந்தப் புத்தகம்.

டாக்டர் ஏ.வி. ஸ்ரீனிவாசன்

காக்காய் வலிப்பா?
கவலை வேண்டாம்...

உலகில், இருநூறில் ஒருவருக்கு வலிப்பு இருக்கிறது. வலிப்பில் பல வகைகள் உள்ளன. பலவற்றுக்கு அறிகுறிகளே கிடையாது. சில பரிசோதனைகள் மூலம் ஆரம்பத்திலேயே கண்டுபிடித்துவிட்டால், நிச்சயம் முழுமையாகக் குணமாகிவிடலாம் என்ற நம்பிக்கையையும், வாழ்க்கை மீது ஒரு பிடிப்பையும் ஏற்படுத்துகிறது இந்தப் புத்தகம்.

டாக்டர். ஏ.வி. சீனிவாசன்